భవిష్యమాలిక మహ పురాణం

2032 నుండి సత్యయుగం ప్రారంభం

1 వ భాగము

పండిత కాశీనాథ్ మిశ్రా గారు

notionpress.com

INDIA · SINGAPORE · MALAYSIA

ISBN 979-8-89277-831-2

రచయిత కలం నుండి....

శ్రీ జగన్నాథ ప్రభువు, మాత (గిరిజా దేవి) వీరజాదేవి, మాత సరస్వతి గణేష ప్రభువుల విశేష కృపాకటాక్షతో 600 సంవత్సరాల క్రితం ఒరియా భాషలో పంచసఖులచే రచింప బడిన భవిష్య మాలిక పుస్తకాన్ని హిందీ తెలుగు, కన్నడ, బెంగాలీ, ఒరియా, గుజరాతి, ఆంగ్లము ఇతర భాషలలో అనువాదము జరుగుచున్నవి. ఈ గ్రంథంలోని నిగూఢ వాస్తవాలు మానవ సమాజ కళ్యాణం కొరకు సనాతన ధర్మం ప్రపంచ వ్యాప్తంగా జాగృతం చేయుటకు సర్వశ్రేష్టముగా ప్రసంసనీయమగునని ఆశిస్తున్నాను. భక్తులు ఈగ్రంథాన్ని చదివి తమ పూర్వ జన్మ సంస్కారాలను ఉద్దీపన పరచుకొని సత్యయుగ మానవులు కాగలరని ఆశిస్తున్నాను.

ఈనాడు సంపూర్ణ విశ్వంలో మానవ సమాజం చెడుమార్గం దురాచారం వైపు వెళ్ళిపోయింది. ఈ సమయంలో భవిష్యమాలిక మానవ సమాజానికి మంచి మార్గం చూపించగలదు మరియు సమస్త విశ్వంలో కళ్యాణ కారి కాగలదని శ్రీ జగన్నాథుని శ్రీ చరణాల సాక్షిగా ప్రార్థిస్తున్నాను. కావున ఈ గ్రంథము విశ్వంలోని సాధువులు, సంతులు, భక్తులు మరియు సజ్జనులకు నేను సమర్పిస్తున్నాను.

— పండిట్ కాశీనాథ్ మిశ్ర

విషయ సూచిక

శ్రీ సత్య అనంత మాధవాయ నమః

ముందు మాట

కలియుగం అంతం అయిపోయింది. శాస్త్రీయ పద్ధతిగా మనుస్మృతి ఆధారంగా ముఖ్యంగా నాలుగు యుగాలు వర్ణింపబడినవి. అవి ఏవనగా మొదటిది సత్యయుగం, రెండవది త్రేతాయుగం, మూడవది ద్వాపరయుగం మరియు నాల్గవది కలియుగం. ఈ నాలుగు యుగాల తరువాత ఒక గుప్తయుగం కూడా వచ్చును. ఆ యుగాన్ని అనంత యుగం లేదా ఆద్య సత్యయుగం అని అందురు ఈ విషయం ప్రామాణికముగా ధృవీకరించబడినది. దీని ప్రమాణముముఖ్యముగా పంచాసఖుల ద్వార లిఖించబడిన భవిష్యమాలిక గ్రంథము నందు కలదు .ఈ గ్రంథము గురించి ఈ రోజువరకు కూడా చాలామందికి తెలియదు. కానీ ఈ నిగూఢ తత్త్వాలు సంపూర్ణ విశ్వంలోని మానవ సమాజ ఉద్దరణ కోసం అత్యంత అవశ్యకములు.

శాస్త్రాల ఆధారంగా కలియుగం అంతం అయిపోయింది కానీ దాని ప్రభావం విశ్వంలో ఇంకా పూర్తిగా వ్యాపించలేదు. ఇందు వలనే పూర్తి విశ్వంలో మానవ సమాజంపైన కలి పూర్తిగా ఆవహించి ఉన్నది. విశేషంగా ప్రపంచంలో అన్న దమ్ముల మధ్య, భార్య–భర్తల మధ్య, బంధువుల మధ్య, గ్రామాలమధ్య, రాష్ట్రాల మధ్య, దేశాల మధ్య కలి ప్రభావం పెరిగింది. సమస్త విశ్వం ఈరోజు వ్యాధుల బారిన పడింది. రోగం మరియు మహమ్మారి ప్రపంచాన్ని కబలించివేసింది. మందులు లేకుండా మనుషులు జీవించడం కష్టతరంగా మారిపోయింది.

రాబోవు 8 సంవత్సరాలలో విశ్వమంతా చాల రకాలైన భయంకరమైన ఆపదలను ఎదుర్కొన బోతుంది–

1. మూడవ ప్రపంచయుద్ధం   2. ఆహారానికి సంభంధించిన తీవ్ర ఇబ్బందులు

3. వాయు ప్రళయం   4. జల ప్రళయం

5. అగ్ని ప్రళయం   6. భూకంపాలు

7. దుర్భిక్షం   8. తెలియని జబ్బులు/మహమ్మారి

మరియు రాబోవు 2025వ సంవత్సరంలో మీనరాశిలో శని సంచారం మొదలైన తరువాత పైన తెలుపబడిన ఆపదలు తీవ్రతరం కానున్నవి. రాబోవు రోజుల్లో అన్నీ వైజ్ఞానిక యంత్రాలు, కంప్యూటర్లు, శాటిలైట్లు మొదలగు యంత్రాలు పనిచేయవు.

ఇప్పుడున్న సమయంలో అందరి మనస్సులో ఉన్న ఏకైక ప్రశ్న ఏమిటంటే మానవ సమాజ రక్షణ ఎలాచేయాలి మరియు మనుష్య సమాజం యొక్క భవిష్యత్తు ఏమిటి అనే ఈ ప్రశ్నలన్నిటికీ సమాధానాలు ఏ గ్రంథంలోనైతే చెప్పబడినవో, ఆ గ్రంథం పేరే భవిష్యమాలిక. ఈ భవిష్యమాలిక గ్రంథంలోని అన్నిపుస్తకాలు 600 సంవత్సరాల క్రితం ఒరియాభాషలో పంచసఖుల ద్వారా లిఖింపబడినవి. అందు వలననే ఈ రోజువరకు ఇది గుప్త గ్రంథంగానే ఉండి బయటకు తెలియరాలేదు.

శ్రీ జగన్నాథ ప్రభువుల అపార కృపవలన మా యూట్యూబుచ్చానల్ 'కల్కి అవతార్' ద్వారా 2018 నుండి హిందీ భాషలో భవిష్యమాలిక గ్రంథం గురించి ప్రచారం జరుగుతు ఉన్నది. వర్తమాన కాలంలో భగవానుని ఆదేశానుసారం ఇంగ్లీష్, హిందీ, గుజరాతీ తెలుగు, కన్నడ, బెంగాలి మరియు ఇతర ముఖ్యమైన భారతీయ భాషలలో అనువదించి సిద్ధం చేయుట జరుగుతుంది.

ఈ గ్రంథంలో వివరించిన నీతి, నియమాలను ఎవరైతే అనుసరిస్తారో వారు కలియుగం నుంచీ సత్యయుగంలోకి వెళ్ళుటకు సమర్థత కలిగి ఉందురు మరియు ఏ ఉద్దేశ్యంతో పంచసఖులు భగవంతుని ఆదేశంతో భవిష్యమాలిక గ్రంథాన్ని వ్రాశారో ఆ ఉద్దేశ్యం నెరవేరడమే కాకుండా సమాజ కళ్యాణం కోసం చాలా ఉపయుక్తముగా ఉండును. కేవలం మాలిక గ్రంథం ద్వారానే విశ్వంలో సనాతన ధర్మం ప్రచారం, ప్రసారం జరుగును మరియు భక్తులందరి ఏకత్రీకరణ జరుగును. అంతేకాక చివరకు పూర్తి విశ్వంలో ఒకే సనాతన ధర్మం ఉండును.

ఈ భవిష్య మాలిక గ్రంథాన్ని మేము ప్రపంచంలోని సాధువులు, సంతులు, జ్ఞానులు, సజ్జనులు మరియు భక్తులందరీ ఉద్ధరణ జరగాలనే ఉద్దేశ్యంతో సమర్పించుచున్నాము.

అధ్యాయం 1
కలియుగాంత సమయంలో భవిష్యమాలిక యొక్క ఆవశ్యకత

యుగ చక్రాన్ని అనుసరించి మొదట సత్యయుగం, రెండవది త్రేతాయుగం, మూడవది ద్వాపరయుగం మరియు చివరగా కలియుగం వచ్చును. ప్రస్తుత సమయంలో కలియుగం పూర్తిగా ముగిసింది మరియు యుగసంధ్య సమయము జరుగుతున్నది. ఏదైనా ఒకయుగం అంతం మరియు వేరే యుగం ప్రారంభ సమయానికి మధ్యలో ఉన్న సమయాన్ని యుగసంధ్య లేదా సంగమ యుగం అని అంటారు. మనుస్మృతి ప్రకారంగా కలియుగం యొక్క ఆయువు 4,32,000. కానీ మనుష్యుల ఘోర పాపకర్మల కారణంగా కలియుగం యొక్క ఆయువు 4,27,000 తగ్గి కేవలం 4,800 సంవత్సరాలు మాత్రమే అనుభవించ వలసి ఉంటుందని కూడా వివరించ బడినది. మనుస్మృతి ప్రకారం ఈక్రింద వివరించిన శ్లోకం ఈ విషయం వర్ణించుచున్నది. –

చత్వార్జ్యాహు సహస్రాణి తత్కృతం యుగం
తస్య తాబచ్చతీ సంధ్యా సంధ్యశచ్చ తథాబిదః

పైన చెప్పబడిన శ్లోకం యొక్క అర్థం ఏమిటంటే నాలుగువేల సంవత్సరాల తరువాత సత్యయుగం వచ్చును. ఆ నాలుగువేల సంవత్సరాలు మరియు సంధ్యా, సంధ్యాంశ కాలం అన్ని వందల సంవత్సరాలు ఉండును.

దీని అర్థం కలియుగం యొక్క ఆయువు: 4,000 సంవత్సరాలు ప్రారంభ సంధ్య, 400 అంత్య సంధ్యకలిపి : 400 సంవత్సరాలు 800

సంవత్సరాలు అన్నీకలిపి 4,800 సంవత్సరాలు కలియుగం అనుభవించవలెను.

కాలాంతరంలో పంచసఖులలో ఒకరు మరియు విష్ణు భగవానుని పరమ ప్రియ సఖుడు అయినను ధాముడు తన బ్రహ్మగోపాల మహాపురుష అచ్యుతానంద దాస్ అవతారంలో నిరాకార భగవంతుని ఆదేశం మేరకు కలియుగం యొక్క ఆయువు 4,800 నుంచీ 5,000 సంవత్సరాలకు మార్చి చెప్పడం జరిగింది.

చార్ లక్ష్య జే బతిశ సహస్ర,

కలియుగ ర అటయి ఆయుష .

పాప భారా రే కలి త్రుటి జిబ,

పాంచ సహస్ర కలి భోగ హెూయిబ.

పైన లిఖింపబడిన విధముగా కలియుగం యొక్క ఆయువు 4,32,000 సంవత్సరాలు అని మనుష్యుల పాపాల వలన అది 5,000 సంవత్సరాలు మాత్రమే అని అచ్యుతానందదాస్ మహారాజ్ వివరించుచున్నారు. ప్రస్తుతం విరజామాత పంజిక, జగన్నాథ పంజిక, కోహినూర్ పంజిక మొదలైన వాటి ప్రకారం కలియుగ ఆరంభం నుంచీ ఇప్పుడు 5,125 సంవత్సరం జరుగుతున్నది.   దీని అర్థం కలియుగం సమాప్తం అయిపోయి మనం యుగసంధ్య లేదా సంగమ యుగంలోకి వచ్చాము. ఇందు వలన వర్తమాన సమయంలో మానవ సమాజ కల్యాణానికి భవిష్యమాలిక యొక్క అవసరం చాలా ఉన్నది.మహాపురుష అచ్యుతానందదాస్ గారు భవిష్యమాలికలో ఈ విధంగా చెప్పడం జరిగింది.

"సంసార మధ్యరే కేమంత జణిబే నర అంగే దేహా బహి
గత ఆగత జే యుగ ర బ్యబస్థ సమస్తంకు జణా నాహీం"

(శివ కల్ప నవఖండ నిర్ఘంట)

మహాపురుష అచ్యుతానంద దాస్ గారు "శివకల్ప నవఖండ నిర్ఘంట" అనే మాలికా గ్రంథంలో వ్రాసిన విధంగా మనుష్యులు మాయ–మోహంలో చిక్కుకుని యుగ పరివర్తనము లేదా దాని ముందు–తర్వాత వచ్చే ఆపదలకు సంబంధించిన విషయాలు తెలుసుకొలేరు. జ్ఞానులు కూడా తెలుసుకోనలేరు మరియు కలియుగం ఇంకా బాల్యావస్థలోనే ఉన్నదని చెప్పెదరు.

"ఉద్యతి యది భాను పశ్చిమ దిగ్బి–భాగే
బికశతి యది పద్మ పర్వాతానాం శిఖాగ్రే
ప్రచలతి యది మేరు శితో తాపతీ బన్ఫిజి
నటలతిం ఖదూ బాక్య సజ్జనానాం కదాచిత్."

దీని అర్థం రాబోవు సమయంలో సూర్యదేవుడు పశ్చిమాన ఉదయించవచ్చు, పర్వత శిఖరాగ్రము పైన కమలం వికసించవచ్చు, మేరుపర్వతం దిశ మారవచ్చు, అగ్ని చల్లదనంగా అనిపించవచ్చు, మంచు వేడిగా ఉండవచ్చు కానీ మాలికలో సంతులు, సజ్జనులు మరియు మహాపురుషులు వ్రాసిన విషయాలు ఎప్పటికీ మారవు.

అధ్యాయం-2

భవిష్య మాలిక గ్రంథ రచయిత ఎవరు ?

సత్యయుగం, త్రేతాయుగం, ద్వాపరయుగం మరియు కలియుగం, ఈ నలుగు యుగాల్లో భగవంతుని పంచసఖులు భూమిపై జన్మించెదరు. యుగాంతంలో విష్ణుభగవానుని ధర్మసంస్థాపన కార్యంలో పంచసఖులు సహకరించెదరు. యుగకర్మ ముగిసిన తరువాత విష్ణుభగవానులు గోలోక వైకుంఠము వెళ్ళెదరు. పంచసఖులు భగవంతుని అవయవాల నుంచే జన్మించెదరు. ప్రతీ యుగంలో పంచసఖులు వేర్వేరు రూపాలలో భూమిపై అవతరించెదరు.

భవిష్యమాలిక మరియు పురాణాలలో దొరికిన ప్రమాణాలను బట్టి సత్యయుగంలో ఈ పంచసఖుల పేర్లు- నారద, మార్కండేయ, గార్గవ, స్వయంభు మరియు కృపాజల, సత్యయుగం చివరలో తాము చేయవలసిన పని ముగిసిన తరువాత పంచసఖులు తిరిగి గోలోక వైకుంఠము వెళ్ళినారు.

త్రేతాయుగం చివరలో భగవాన్ శ్రీరామచంద్రుని ద్వారా ధర్మసంస్థాపన సమయంలో మరలా జన్మించడం జరిగింది. ఆ సమయంలో వారిపేర్లు- నల, నీల, జాంబవంత, షుషేణ మరియు హనుమాన్. హనుమంతుడు రుద్ర అవతార రూపంలో జన్మించినప్పటికీ పంచసఖులలో ఒక్కరిగా ప్రభువు శ్రీరామచంద్రుని ద్వారా జరిగిన ధర్మసంస్థాపన కార్యంలో తమ సహాయం చేసెను. త్రేతాయుగంలో కూడా తాము చేయవలసిన పని ముగిసిన తరువాత పంచసఖులు తిరిగి గోలోక వైకుంఠము వెళ్ళిరి.

పంచసఖులు ద్వాపరయుగంలో కూడా జన్మించడం జరిగింది మరియు శ్రీకృష్ణ భగవానుని ద్వారా జరిగిన ధర్మసంస్థాపన కార్యక్రమంలో

చేయూతనివ్వడం జరిగింది. ద్వాపర యుగంలో పంచసఖుల పేర్లు–దామ, సుధామ, సుబల, సుబాహు మరియు శ్రీవచ్చ.

కలియుగం అంతిమ సమయానికి 500 సంవత్సరాల క్రితం భగవానుని పంచ సఖులు జన్మించడం జరిగింది. కలియుగంలో వారి పేర్లు–అచ్యుతానంద దాస్, అనంత దాస్, యశోవంత దాస్, జగన్నాథ దాస్ మరియు బలరాందాస్. వారు నిరాకార బ్రహ్మ శ్రీ జగన్నాథుని ఆదేశం ప్రకారం భూమిపై జన్మించి ఈ దివ్య గ్రంథం భవిష్య మాలికగా రచించడం జరిగింది.

ఎప్పుడయితే భూమిపై భారం పెరిగి ధర్మానికి హాని వాటిల్లుతుందో మరియు అందరి మనస్సులలో దయ, క్షమ, స్నేహం, ప్రేమ బదులుగా హింస, ద్వేషం, క్రోధం, కామం, ఈర్ష్య ఉంటాయో అప్పుడు నాలుగు యుగాల భక్తుల దుఃఖాలను దూరం చేసి భూమిపైన సత్యం, శాంతి, దయ, క్షమ మరియు ప్రేమ నెలకొల్పి భూమాత భారం తగ్గించడం, దుష్టశిక్షణ, శిష్ట రక్షణ కొరకు భూమిపైన అవతరించెదనని భగవంతుడు స్వయంగా చెప్పియున్నారు.కలియుగాంతంలో నేను కల్కి అవతారం తీసుకొనే ముందు మీరు (పంచ సఖులు) ధర్మాన్ని పునః స్థాపన కొరకు, నాలుగు యుగాల భక్తుల ఉద్ధరణ, వారి ఏకత్రీకరణ మరియు చెడుమార్గంలో నున్నవారిని సన్మార్గంలోనికి నడిపించడానికి భవిష్యమాలికను రచించండి అని భగవానులు వారు స్వయంగా చెప్పారు.

అందుకే అచ్యుతానంద దాస్ ఈ విధంగా వ్రాసారు–

"హేతు రసాయిబ పాయికి అచ్యుత సాహస్ర పురాణం కలే
కలి కాల టారు బలి కాల జాఏం హాక్ కథా ట లేఖిలే"

దీని అర్థం ఏమిటంటే నిద్రావస్థలో నున్న భక్తుల చేతన జాగృతం చేయుటకు, మహాపురుష అచ్యుతానంద దాస్ గారు కలియుగం నుంచీ సంగమ యుగం వరకు మరియు సంగమ యుగం నుంచీ సత్యయుగం వరకు జరగబోవు యదార్థాలను భవిష్యమాలికలో వర్ణించడం జరిగింది. ఈ గ్రంథం చదవడం ద్వారా కలియుగంలోని భక్తులకు చేతనము జాగృతం అవ్వడమే కాకుండా భగవంతుని గురించి వెతికెదరు మరియు శరణు కోరెదరు.

మహాప్రభు, అనాది దైవము హరి, జగత్తుకు నాథుడు అయిన జగన్నాథుడు మహాపురుష్ అచ్యుతానంద దాస్ గారికి ఒక కమలం పువ్వులతో కట్టిన మాలను అనుగ్రహించి ఎక్కడయితే ఈ కమల పువ్వులన్నీ విడిపోయి నేలమీద పడిపోతాయో అది నీ సాధనా పీఠం కాగలదని ఆదేశించెను.

ఆయన జగన్నాథ ప్రభువుని ఆదేశానుసారం పవిత్ర శ్రీక్షేత్రం నుంచీ బయటకు వచ్చి వేర్వేరు మార్గాలలో ప్రయాణించి ఓడిషాలోని కేంద్రపార జిల్లాలోని చిత్రోత్పల నదిబడ్డన ఉన్న 'నేమాల' అనే పవిత్ర స్థానాన్ని చేరుకున్నారో చివరగా మిగిలిన కమలం పువ్వు కూడా విడిపోయి భూమిపైన పడిపోయెను. శాస్త్రాల ప్రకారం సత్యయుగంలో ఈ స్థానం నందే సముద్ర మధనం నుంచీ వచ్చిన కమలం పడిపోయెను. అందువలననే ఈ స్థానాన్ని "పద్మవనం" అని కూడా పిలుస్తారు. మహాపురుష్ అచ్యుతానంద దాస్‌గారు ఈ స్థానంలో తమ సాధనను ఆరంభించి ధ్యాన నిమగ్న మై సత్య, త్రేతా, ద్వాపర మరియు కలియుగాల

భక్తుల ఉద్ధారం కొరకు లక్షకు పైగా గ్రంథాలను రచించడం జరిగింది. ఈ స్థానం తరువాతి కాలంలో మహాపురుష అచ్యుతానంద దాస్ గారి సిద్ధ స్థలం అనే పేరుతో ప్రసిద్ధమైనది. అచ్యుతానందదాస్ గారు మహాప్రభు చరణ కమలముల పై ధ్యానం చేస్తూ సిద్ధ స్థలమును గూర్చి ఇలా వ్రాసెను.

"శ్రీ అచ్యుత దాస నేమాలె నివాస పద్మ బనే తాం క స్థితి,
ప్రభున్క అజ్ఞా రు అనుభవ కరి లక్షే గ్రంథ లేఖిచంతి.
చతిస్ సంహితా బాస్తరి గీతా వంశాను సస బిన్స రే ,
ఉపవంశాను ద్వాదస ఖండ బేనీ భవిష్య సస ఖండ రే"

దీని అర్థం ఏమిటంటే మహాపురుష అచ్యుతానంద దాస్ గారు ఆ పవిత్ర స్థానంలో ధ్యానంలో కూర్చుని వారి దివ్య బలం ద్వారా లక్ష కు పైగా గ్రంథాలను రచించారు. వాటిలో 36 సంహితలు, 72 గీతాలు, 27 వంశాను చరిత్రలు, 24 ఉప వంశాను చరిత్రలు మరియు 100 మాలిక గ్రంథాలు ఉన్నాయి. వీరు కాకుండా మిగిలిన నలుగురు సఖులు – అనంత దాస్ మహారాజ్ గారు, యశోవంత్ దాస్ మహారాజ్ గారు, జగన్నాథ్ దాస్ మహారాజ్ గారు మరియు బలారం దాస్ మహారాజ్ గారు చాలా మాలిక గ్రంథాలను రచించడం జరిగింది. ఈ గ్రంథాల రచన తరువాత కూడా పంచసఖులు చెప్పిన విషయం ఏమిటంటే ఈ గ్రంథాలను మేము వ్రాయలేదు కేవలం విశ్వ మానవ కళ్యాణం కొరకు, మహా ప్రభువు యొక్క ఆజ్ఞ పై మాత్రమే వ్రాసాము. సత్య యుగంలో తాపసులు, త్రేతాయుగంలో కపిశీ్రదులు, ద్వాపరయుగంలో గోపాలు మరియు కలియుగంలో భక్తులు ఇలా నాలుగు యుగాలలోని భక్తులు ఈ అనంతయుగంలో ధర్రిత్రిపై రావడం జరిగింది. వారిచే జాగ్రతం చేసే సమయం మరియు మహాప్రభువు యొక్క లీల విశేషాలులో పాల్గొనేందుకు

సమయం ఆసన్నమైనది. ఈ విషయంలో జాగృతం చేయుటకు మరియు గొల్లోక వైకుంఠం లోని పూర్ణ సంస్కారాలను జాగృతం చేయుటకు పంచసఖుల ద్వారా మాలిక గ్రంథా రచన జరిగింది. భక్తులు విశ్వంలో ఏ మూలన ఉన్నా సరే మాలిక వినడం మరియు చదవడం ద్వారా వారి పూర్ణ చేతనా జాగృతం అయ్యి, వారికి మహాప్రభు భూమిపై ఆగమనం గురించి తెలియును మరియు వారు మహాప్రభు యొక్క శరణాగతిని పొందుదురు.నాలుగు యుగాల భక్తులు మహాప్రభు శ్రీ చరణాల వద్ద శరణు పొందెదరు. మరియు అనంత యుగంలోని ధర్మ సంస్థాపన కార్యంలో సహకరించెదరు. మహాప్రభు గురించి తెలుసుకొన్న తరువాత భక్తులు మహాప్రభువు సత్యయుగానికి సంబంధించి ఇచ్చిన నీతి-నియమాలను ప్రపంచంలో ప్రచారం చేసెదరు. భక్త జనులు మహాప్రభువు యొక్క నామం, గుణం మరియు మహిమ గురించి జయ జయ కారాలు చేసెదరు మరియు ధర్మ సంస్థాపన కార్యంలో తమకు తాముగా పాల్గొనెదరు. ఈ విషయం గురించి అచ్యుతానంద దాస్ గారు ఇలా వ్రాసారు.

"భక్తే ఉదే హోయిబే, గాం గాం బులి మేలి కరిబే, రామచంద్ర రే. హరి చరణే భజిబే, రామచంద్ర రే"

దీని అర్థం ఏమిటంటే భక్తులు ఎక్కడికి వెళ్తారో, అక్కడ కలిసి మెలిసి భజన-కీర్తన మరియు ధర్మ ప్రచారం చేయుదురు.

పంచసఖుల పరిచయము

1.మహాపురుష్ అచ్యుతానంద దాస్ గారు 1485 సంవత్సరంలో ఒడిషాలోని కేంద్రపార జిల్లాలోని తిలకణా (ఈ ప్రదేశాన్ని త్రిపుర అని

కూడా అందురు) గ్రామంలో శ్రీ దీనబంధు ఖుంటియా, దేవి పద్మావతి దంపతులకు జన్మించెను. మహాపురుష్ అచ్యుతానంద దాస్ గారు 1,85,000 గ్రంథాలను రచించారు. తరువాత జ్యేష్ట శుక్ల ఏకాదశి రోజు నేమాల్ పీఠంలో సమాధి స్థితిలో కూర్చుని తమ ఇచ్ఛానుసారం పూర్ణిమ రోజు భౌతిక శరీరాన్ని వదలి శూన్యంలోకి అంతర్ధానమయ్యెను. వారు రచించిన గ్రంథాలలో హరివంశ పురాణము, గోపాలంక ఓగాల్ ఓ లవుడి ఖేల్, బార్మాసి గీతా, శూన్య సంహితా, అణాకార్ బ్రహ్మ సంహిత, మణిబంధ గీతా, జుగాబ్ది గీతా, బీజసాగర్ గీతా, అభేద్ కబచ్, అష్ట గుజ్జరీ నవ గుజ్జరీ, శరణపంజర్, స్త్రోత్, బీప్రవాచక్, మాన్ మహిమా మరియు వివిధ భజనలు, పాటలు రాసి, జణాన్, చౌతీసా (ఒడియా భాషలో 34వ అక్షరంతో మొదలయి 34 పదాలు ఉండే కవితను చౌతీసా అందురు), టీకా, మాలికా మొదలగు గ్రంథాలు ముఖ్యమైనవి.

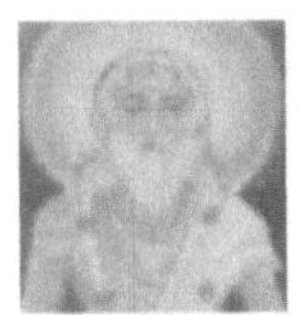

2. మహాపురుష శిశు అనంతదాస్ గారు ఒడిషాలోని పూరి జిల్లాలోని బాలిపాటణ గ్రామం దగ్గరలో 1488లో శ్రీ కపిలేంద్ర, గౌరాదేవి దంపతులకు జన్మించారు. వారు కూడా చాలా గ్రంథాలు మరియు మాలిక రచించారు. వాటిలో ముఖ్యమైనవి హేతు ఉదయ భగవత్, భక్తి ముక్తి దయక్ గీతా, శిశు భేద టీకా, శూన్య నాం బేద్, అర్ధ తారేణి, ఉదే బాఖరా, రీక బాఖరా మరియు చాలా భజనలు, చౌతీసా, మాలిక గ్రంథము మొదలైనవి.

3. శ్రీ జగన్నాధదాస్ మహారాజ్ గారు ఒడిషాలోని పూరి జిల్లాలోని కపిలేశ్వర గ్రామంలో శ్రీ భగవాన్ దాస్ గారు మరియు పద్మావతిదేవి దంపతులకు జన్మించెను. వారు సంస్కృత శ్రీ మద్భాగవతాన్ని మొట్టమొదటగా ఒరియా భాషలో రచించెను. వారి గ్రంథాలలో షోల చౌపది, చారి+చౌపది, తులభిణా, దారు బ్రహ్మగీతా, దీక్ష సంబాద్, అర్ధ కోయిలి, బ్రుగుణీ స్తుతి, గుప్త భాగవత్, అనామయ కుండలీ, శ్రీ కృష్ణ కల్పలతా, నిత్య గుప్త చింతామణి, నీలాద్రి బిలాస్, కలి మాలికా మరియు ఇంద్ర మాలికా ముఖ్యమైనవి. వారి శాస్త్ర జ్ఞానం మరియు భక్తి చూచి ముగ్ధులైన శ్రీ చైతన్య మహాప్రభువులు, 'అతిబడి' అనే ఉపాధితో వారిని అలంకరించెను.

4. మహాపురుష బలరామ్ దాస్ గారు ఒడిశాలోని పూరీ జిల్లాలోని చంద్రపూర్ గ్రామంలో 1470వ సంవత్సరంలో (అక్కడక్కడ 1482 సంవత్సరం అని కూడా చెప్పబడింది) శ్రీ షోమ్‌నాథ్ మహాపాత్ర మరియు మహామాయా దేవి దంపతులకు కుమారుడిగా జన్మించారు. దధ్యతా భక్తి, దండి రామాయణం, విశ్వ భూగోళశాస్త్రం, బౌల గై గీత, కమల్ లోచన్ చౌతీసా, కాంత కోయిలీ, లక్ష్మీ పురాణం, బేధా పరిక్రమ, సప్తాంగ యోగసార్ టీకా, బ్రజా కబాచ్, జ్ఞాన చూడామణి (గద్యం), బ్రహ్మ టీకా(గద్య) తదితర గ్రంథాలను రచించారు. పూరీ జిల్లాలోని సంగర పట్ అనే ప్రదేశంలో ఆయన మరణించారు.

5. మహాపురుష యశోవంత్ దాస్ గారు ఒడిషాలోని కటక జిల్లాలోని అఢాంగ్ సమీపంలోని నంది గ్రామంలో 1482 సంవత్సరంలో (అక్కడక్కడ 1486 అని కూడా వ్రాయబడింది) శ్రీ బలభద్ర మల్ల మరియు రేఖాదేవి దంపతులకు జన్మించారు. చౌరాసి ఆజ్ఞ, శిబ్ స్వరద్వయ, షష్ఠిమాల,

(ప్రేమ్ భక్తి బ్రహ్మగీత, టీకా గోవింద్ చంద్ర (కరుణతో నిండిన పద్యం, ఇది బెంగాల్, అస్సాం నుండి ఉత్తర భారతదేశం వరకు అనేక ప్రాంతాలలో ప్రసిద్ధి చెందింది) మొదలైన అనేక గ్రంథాలతో పాటు అనేక మాలిక గ్రంథాలను రచించారు. వారు తన శరీరాన్ని మార్గశీర్ష శుక్లపక్ష షష్ఠి (ఓఢాని షష్ఠి)లో విడిచిపెట్టారు.

పంచసఖులు ఆధ్యాత్మిక తత్త్వజ్ఞానం కలిగినవారు. వారు నిరాకార భగవానునితో అన్ని వేళలా సూక్ష్మ సాన్నిధ్యములో ఉండేవారు. నిరాకార భగవానులు రాబోయే భవిష్యత్తు గురించి ఏమి చెప్పారో, వారు తమ భవిష్యమాలిక గ్రంథాలలో అవే విషయాలను వ్రాశారు. ఈ విషయం గురించి బ్రహ్మ గోపాల్ మహోజ్ఞాత అచ్యుతానంద దాసుగారు ఇలా ప్రస్తావించారు-

"ఆగమ భావ జాణే యశోబంత
గార్ కట జంత్ర జాణే అనంత
ఆగత్ నాగత్ అచ్యుత్ జాణే
బలరాం దాస్ తత్వ బఖాణే
భక్తి ర భావ జాణే జగన్నాథ
పంచసఖా ఏ ఓడిషా మహంతా
మ్లేచ్చ పతిత ఉద్ధారిబ పాయా
జనమ లభిలే ఓడిషా భుయా"
పై పంక్తుల అర్థం ఏమిటంటే-

పంచసఖులలోని శ్రీ యశోబంత దాస్ మహారాజ్ ఆగమ మరియు నిగమకు సంబంధించిన అన్ని విషయాలను తెలుసుకోగల సమర్థులు.

మహోపురుష శిశు అనంత్ దాస్ మహారాజ్ సాంకేతిక గణితశాస్త్రం ద్వారా భవిష్యత్తును తెలుసుకోవడంలో ప్రవీణుడు.

మహాపురుష అచ్యుతానంద దాస్ మహారాజ్ గతం, వర్తమానం మరియు భవిష్యత్తు మొదలైన వాటి గురించి పరిజ్ఞానం మరియు పూర్తి తత్వజ్ఞానాన్ని కలిగిన వారు.

మహాపురుష బలరామ్ దాస్ మహారాజ్ గ్రంథాలు మరియు విశ్వం యొక్క పూర్తి తత్వ జ్ఞానాన్ని కలిగిన వారు.

మహాపురుష జగన్నాథ్ దాస్ మహారాజ్ పద్దెనిమిది పురాణాలలోని భక్తి తత్వాల జ్ఞానాన్ని కలిగిన వారు.

పంచసఖులు భవిష్యమాలిక ద్వారా నిరంకార శ్రీజగన్నాధస్వామి ఆదేశంపై భక్తజనుల ఉద్ధారం కోసం భవిష్యవాణి చేసితిరి. పంచసఖులు భవిష్యమాలికలో భక్తులు-భగవానులు కలుసుకొనుట, పాపాత్ములు మరియు దురాచారులు యొక్క వినాశనం, సత్యయుగ ఆరంభానికి సంబంధించిన విషయాలు తెలిపిరి. ఈ గ్రంథాలన్నీ ఇప్పుడు మనుష్య సమాజానికి సంజీవనిలా పనిచేయును.

బ్రహ్మండంలో మహావినాశానికి సమయం అతిత్వరలో రానున్నది. ఇటువంటి సంధి సమయంలో భవిష్యమాలికను అనుసరించుట, మహాప్రభువు యొక్క నామజపం చేయుట మరియు మహాప్రభువు యొక్క శరణు పొందుట తప్ప వేరే మార్గమే లేదు.

శ్రీ సత్య అనంత మాధవాయ నమః

అధ్యాయం-3

చతుర్యుగ గణనకు సంబంధించిన విషయాలు

బ్రహ్మాండం యొక్క తత్వాన్ని బట్టి ఈప్రపంచం నాలుగు యుగాలను అనుభవించవలసి ఉంటుంది. ఆ నాలుగు యుగాల పేర్లు– సత్యయుగము, త్రేతాయుగము, ద్వాపర యుగము మరియు కలియుగము. సత్యయుగం ఆయువు 17,68,000 సంవత్సరాలు మరియు ఈ యుగంలో ధర్మానికి నాలుగు పాదాలు ఉన్నాయి. అవి సత్యం, సౌచము, దయ మరియు క్షమ. ఈ నాలుగు పాదాల వల్ల సత్యయుగంలో అందరూ సంతోషకరమైన జీవితాన్ని గడిపారు మరియు మానవ సమాజంలో ఆనందం, శాంతి, శ్రేయస్సు మరియు స్థిరత్వం ఉండేవి.

సత్యయుగం తర్వాత త్రేతాయుగం వచ్చును. ఈ యుగం యొక్క ఆయువు 12,96,000 సంవత్సరాలు. ఈ యుగంలో, ధర్మం యొక్క మూడు పాదాలు మాత్రమే మిగిలి ఉన్నాయి అవి సత్యం, దయ మరియు క్షమ. ఈ యుగంలో, ధర్మం యొక్క ఒక పాదం ముగుస్తుంది, దాని పేరు సౌచము.

ఈ యుగం తరువాత, యుగచక్రం ప్రకారం, ద్వాపరయుగం వస్తుంది. ఈ యుగం యొక్క ఆయువు 8,64,000 సంవత్సరాలు. ఈ యుగంలో, ధర్మం యొక్క రెండు పాదాలు మాత్రమే మిగిలి ఉన్నాయి సత్యం మరియు క్షమ.

ఈ మూడు యుగాల తర్వాత వచ్చే నాల్గవ మరియు చివరి యుగం కలియుగం. కలియుగం యొక్క ఆయువు 4,32,000 సంవత్సరాలు. ఈ యుగంలో, ధర్మం యొక్క మూడు పాదాలు తొలగిపోతాయి మరియు

ఒక్క పాదం మాత్రమే మిగిలి ఉంది అదే సత్యం. కలియుగం ముగిసే సమయానికి ఆ ఒక్క పాదం కూడా ముగుస్తుంది. వైవస్వత మనువు యొక్క మనుస్మృతి ప్రకారం, కలియుగం చివరిలో, ధర్మం కేవలం దానం ద్వారా మాత్రమే మనుగడ సాగిస్తుంది. కానీ భవిష్య మాలికలో, మహాపురుష పంచసఖా అచ్యుతానంద మహాప్రభువుల వారి అనుమతితో కలియుగం మరియు మనుస్మృతిలో వ్రాసిన సమయం మరియు స్థితిని సరి దిద్దడం ద్వారా యుగ వ్యవస్థ గురించి క్రొత్త వివరణాత్మక వర్ణనను రూపొందించారు.

మహాపురుష అచ్యుతానంద దాస్ జీ గారు భవిష్య మాలికలో ఇలా వ్రాశారు –

"ధర్మ చారిపాద్ నిశ్చయ కటీబ్ హరి అక్షాకర్ నార్,
సుకర్మ కుకర్మ బిచారీ పారిలే పాద పద్మే స్థాన్ పాఖ"

అంతే కలియుగం పూర్తయ్యే సమయంలో ధర్మం యొక్క నాలుగు పాదాలు ముగిసే సమయానికి భూమి మీద మహా విపత్తులు వస్తాయి. మహాపురుషులు ఆ కాలానికి 'సంగమయుగం' లేదా 'యుగసంధ్య' అని పేరు పెట్టారు. శ్రీహరి నామాన్ని, శ్రీహరి సద్గుణాలను గురించి భజన చేయడం ద్వారా, మాలిక గ్రంథాన్ని అనుసరించడం ద్వారా, వేద ప్రవంతిలో నడిచే వ్యక్తులు సత్యయుగానికి వెళ్లవచ్చని ఆయన అందరికీ చెప్పారు.

"చత్వార్ఝాహు సహస్రాణి తత్ కృతం యుగం,
తస్య తవచ్చుతా సంధ్యా సంధ్యంశశ్చ తథావిధః"

మనుస్మృతి నుండి తీసుకున్న పై శ్లోకానికి అర్థం – సత్యయుగం నాలుగు వేల సంవత్సరాల తర్వాత వస్తుంది. నాలుగు వేల సంవత్సరాల

ఆయువు ఆరంభ మరియు అంత్యసంధ్యలు విడివిడిగా పదవ వంతు ఉండును.

అంటే కలియుగ ఆయువు 4,000 సంవత్సరాలు

కలియుగం ఆరంభం మరియు అంత్య సంధ్యల వ్యవధి 400×2 = 800 సంవత్సరాలు

మొత్తం 4,800 సంవత్సరాలు కలియుగం ఉండునని చెప్పబడింది.

చత్వా+ర్ఝ్యద సహస్రాణి చత్వార్ఝ్యద శతానిచమ్,

కాలేర్ఝ్యదా గమిష్యంతి తదాపూర్వం యుగాశ్రితమ్ । (నిర్ణయ సింధు)

నిర్ణయ సింధు నుండి తీసుకోబడిన పై శ్లోకంలో కలియుగం 4000 సంవత్సరాలే కాకుండా, కలియుగం ప్రారంభ సంధ్య 400 సంవత్సరాలు మరియు తరువాతి యుగ ప్రారంభ సంధ్య 400 సంవత్సరాలు. .మొత్తం కలియుగం ఆయువు 4,800 సంవత్సరాలు ఉండునని స్పష్టంగా పేర్కొనడం జరిగింది.

"అదాశ్వత్వః సహస్రాణి కలై చతుః శతానిచమ్,

గతే గిరి బరేహి శ్రీ నాథ ప్రాదుర్భవిష్యతతిం". (గార్గ సంహితా)

గార్గ సంహిత నుండి తీసుకోబడిన ఈ శ్లోకం యొక్క అర్థం కలియుగం యొక్క 4,000 సంవత్సరాలు మరియు 400 సంవత్సరాల సంధ్యాసమయం తరువాత భగవాన్ శ్రీ మహావిష్ణువు భూమిపై అవతరించి పాపభారాన్ని అంతం చేయును.

మనుస్మృతి, నిర్ణయసింధు మరియు గర్గసంహిత వంటి పై గ్రంథాలలో పేర్కొన్న విధంగా కలియుగ కాల వ్యవధి 4,000 సంవత్సరాలు. దీని పదవ భాగం 'సంధ్య సమయం' అంటే 400 సంవత్సరాలు. కలియుగం

ఆరంభంలో సంధ్య సమయం 400 సంవత్సరాలు, అంత్యంలో సంధ్య సమయం 400 సంవత్సరాల ఉండును. అంటే 4000+ (400+400) 4800 సంవత్సరాలు మాత్రమే కలియుగం మొత్తం అనుభవించవలసి ఉండును.

అయితే ఈ గ్రంథాలన్నీ సృష్టించి వేల సంవత్సరాలు గడిచిన తర్వాత సుమారు 600 సంవత్సరాల క్రితం ఈ కలియుగంలో మహాపురుషులు పంచసఖుల భవిష్య మాలికను రచించారు. నిరాకార భగవానుని నిర్దేశంలో, పంచసఖులు తమ మాలికా గ్రంథాలలో పాత గ్రంథాలలో ఉన్న అభిప్రాయాన్ని కొద్దిగా సవరించి, కలియుగం యొక్క 4,800 సంవత్సరాల ఆయువుకు 200 సంవత్సరాలను జోడించి, కలియుగం మొత్తం ఆయుష్షు 5,000 సంవత్సరాలు అని చెప్పారు.

"చారి లక్ష జై బతీశ సహస్ర,
కలియుగ ర అటఇ ఆయుష
పాప భారా రే కలి తుటిజిబ,
పాంచ సప్త కలీ భోగ హొయిబా."

(భక్త చేతావణి – అచ్యుతానంద)

మహాపురుష్ అచ్యుతానంద దాస్ గారు తమ 'భక్త చేతావణి' పుస్తకంలో కలియుగం యొక్క ఆయువు 4,32,000 సంవత్సరాలు అని, కానీ పాపభారం వల్ల అది క్షయమై 5,000 సంవత్సరాలు మాత్రమే అనుభవించవలసి ఉంటుందని చెప్పారు.

"ఠీకాణా అమర పుర,
ఠాకూర్ తహీం రు హెబే బాహోర, రామచంద్ర రే,
ఠారీ పంచ సహస్రాకు ధర, రామచంద్ర రే"

(భవిష్య చౌతీసా–అచ్యుతానంద)

మహాపురుష అచ్యుతానంద దాస్ గారు తమ 'భవిష్యత్ చౌతీస' పుస్తకంలో కలియుగానికి 5,000 సంవత్సరాలు మాత్రమేనని పలికారు. పై పంక్తులలో, అచ్యుతానంద దాస్ గారు స్పష్టంగా శ్రీ జగన్నాథ ప్రభువు నీలాచల్ ధామ్, శ్రీ జగన్నాథ్ ధామ్ పూరి నుండి, మానవ రూపంలో కల్కిగా అవతరిస్తారని మరియు ఆ సమయంలో కలియుగం 5,000 సంవత్సరాలు గడచి ఉండునని చెప్పారు. అంటే కలియుగం వయస్సు 5,000 సంవత్సరాల ముగిసిన తరువాత జగన్నాథ మహాప్రభువులు మానవ రూపంలో భూమిపై అవతరిస్తారు.

"ఠికణా అచ్యుత కళె
ఠ తినీ బామే పొంచ రఖిలే రామ చంద్రరే
ఠకి జిబ మిన్ శనీ భలే రామ చంద్రరే"

(భవిష్య మాలిక– అచ్యుతానంద)

మహాపురుష్ అచ్యుతానందదాస్ గారు వారి భవిష్య మాలిక గ్రంథము లో ఈ విధముగా చెప్పెను– 'ఠ' (ఒడియా భాషలో 'సున్న') మూడుసార్లు వ్రాసి వానికి ఎడమ వైపున 'ఐదు' వ్రాసినచో ఎంత అవునో అనగా కలియుగం 5000 సంవత్సరాలు గదచిన తరువాత ఎప్పుడైతే మీనరాశిలో శని ప్రవేశిస్తాడో (ఇది 2025 సంవత్సరానికి సంకేతం) అప్పుడు మనుష్య సమాజానికి భయంకరమైన ఆపదలు వచ్చును. ఆ సమయం లో మాలిక గ్రంథాన్ని అనుసరించెదరు మరియు అర్థం చేసుకొనెదరు.

"ఎబే పొంచ ఠీక కఫిబా షణ,
భారంగ బిచారే చిత్త రే ఘెనా.

పాంచ సహస్ర జేతేబేలే హెబ,

సంపూర్ణ లీలా ప్రకాశ హొయిబ"

(మహాగుప్త పద్మకల్ప–శిశు అనంత దాస్)

పంచసఖులలోని మహాపురుష శ్రీ శిశు అనంత్ దాస్ మహారాజ్ వారి' మహాగుప్త పద్మకల్ప' గ్రంథంలో కలియుగం 5,000 సంవత్సరాలలో పూర్తవుతుందని, అప్పుడు భక్తులు మరియు భగవంతుని లీలలు బయటకు తెలియునని చెప్పారు.

"బారంగ్ బోలఇ షణిమా గోసాఈం కుహ భవిష్య విచార,

కేతేబేలే కల్కీ అవతార హేబే షణఈం ముఖు తుంభార.

శిశు బోలంతిహె షణిమా, బారంగ కలంకీ స్వరూప హొయి,

యుగ సంధి పాంచ సహస్ర బరష జేబే జిబ్ భోగ హొఇ.

జెసనేక్ నిశి పాహిలే ప్రభాత యుగ సంధి ఎహో జాంచ,

సేమంత సమయే కలంకీ స్వరూప హేబే ప్రభు నారాయణ

సమక్షరా బతా శుణి ఆదికరి ప్రమాణ ఎహోకు కర,

సబు ఏక్ ఠబే మిశాఇ కఠిణ కరిబు పాంచ హజార.

ఎహి సమయ కు లయే కరితథిబు కహిలి హే బాబు తోతే,

శీకరే ఎ కథా దేఖాఇ కహిలు రఖితిబు హృద గతే.

(ఆగత భవిష్యత్–శిశు అనంత)

మరలా మహాపురుష శ్రీ శిశు అనంత్జీ మహారాజ్ తమ' ఆగత భవిష్యత్' గ్రంథంలో, వారి శిష్యులు బారంగ్ గారి ప్రశ్నకు సమాధానమిస్తూ, కలియుగం సంధ్యా సమయంలో అంటే సంగమ యుగంలో భగవాన్నారాయణ్ కల్కి అవతార ధారణ చేయునని మరియు ఆ సమయంలో కలియుగం 5,000 సంవత్సరాల అయ్య ఉంటుందని చెప్పారు.

"సంబస్సర పాంచ సహస్ర్త కలి హెూఇబ శేష,

సత్య యుగ ఆద్య హెూఇబె శుభ జోగే ప్రకాష్.

సాధు సంత మానే బసిబే సభా ఆరంభ కరి,

సేహి సమస్త న్కు పుజిబే పటుఆర్ ఆబోరీ.

హరి శబదరే మాతిబే హరి భక్త మానే,

హరష హెూఇబే హృద్ రే దుఖీ దరిద్ర మానే.

ఫిటిబ ప్రజా న్కు కషణ కష్ట హెూయిబ నాశ,

క్షమే హోడి దాస్ భణిలే ఆగత జే భవిష్య".

(కలిచౌతీసా – హోడిదాస్)

పంచసఖులు దేహం త్యజించిన తరువాత, మహాపురుష్ అచ్యుతానంద్ జీ తొమ్మిదవ జన్మ అవతారంగా ప్రసిద్ధి చెందిన ఒడిషాలోని ఛతియూ బట్కు చెందిన మహంత మరియు దివ్యద్రష్ట మహాపురుష్ హదీ దాస్జీ మహారాజ్ (వారి గురించి మాలికలో చాలా ఆధారాలు ఉన్నాయి) అతని దివ్య దృష్టి ద్వారా భక్తుల శ్రేయస్సు కోసం మరియు మానవ సమాజాన్ని హెచ్చరించడం కోసం ఆయన రాసిన 'కలి చౌతీస' పుస్తకంలో కలియుగం 5,000 సంవత్సరాలలో ముగుస్తుందని, ఆ తర్వాత సంధ్యాయుగం అంటే ఆద్య సత్యయుగం వెలుగులోకి వస్తుందని వ్రాశారు.

అదే సమయంలో కల్కి భగవానులు మానవ రూపంలో భూమిపై అవతరించడం ద్వారా సమాజంలోని పాప భారాన్ని తొలగించి సత్యం, శాంతి, దయ, క్షమ, మైత్రి మరియు ధర్మాన్ని స్థాపించును.

ఆ సమయంలో కల్కి భగవానులు సుధర్మ మహా–మహాసంఘాన్ని ఏర్పరచి సనాతన ధర్మాన్ని ప్రపంచమంతటా ప్రచారం చేయును. సాధువులు–ఋషులు సనాతన ధర్మాన్ని గ్రామం, నగరం, దేశం మరియు

ప్రపంచం అంతటా ప్రచారం చేయుదురు. సాధువులు మరియు ఋషుల బాధలు తొలగిపోవును మరియు దుష్టులు నాశనం అవుతారు. భక్తులకు శుభప్రదమైన, ఆనందకరమైన రోజులు వచ్చును. ప్రపంచం మొత్తం సత్యం పరిఢవిల్లే వాతావరణం కనిపపించును.

"నిశ్వ అవతార అబనీ ఊపర నిలాంబర పుర బాస్,
నిశ్చే పాంచ సత్ర భోగ్ ర అంతేణ హెూఇథిబు జే నరేషశ"

(ఉద్ధవ భక్తి ప్రదాయినీ– అచ్యుతానంద)

మహాపురుష అచ్యుతానంద గారి 'ఉద్ధవ భక్తి ప్రదాయిని' గ్రంథంలో, శ్రీ కృష్ణుడు మరియు ఉద్ధవుల మధ్య సంభాషణ ఉంది. ఇందులో ఉద్ధవుల వారి ప్రశ్నకు సమాధానమిస్తూ, కలియుగం ఐదు వేల సంవత్సరాలు గడిచిన తర్వాత, మహాప్రభువు తన నీలాచల ధామాన్ని విడిచిపెట్టి, కల్కి అవతారం కోసం మానవ శరీరం దాల్చునని శ్రీ కృష్ణుల వారు చెప్పెను.

చహాటిబ లీలా తు చారి రే మిషశా ఏక్,
చధా తిని శున తహిం జేతే హేలా ఠీకా.
చలిజిబ ఘోర కలి దలిదేబే మిలి,
చేతాఇణ గీతే కహే అచ్యుత్ జే భాలీ

(భవిష్య మాలికా– అచ్యుతానంద)

మహాపురుష అచ్యుతానంద దాస్ గారు తమ' భవిష్యత్ మాలిక' గ్రంథంలో కలియుగం ఐదు వేల సంవత్సరాలు గడిచిన తర్వాత కల్కి భగవానులుఅవతరించి వారి లీలలను ప్రదర్శిస్తారని చెప్పారు.

"కలియుగ పాంచ సహస్ర గలే,
బిష్ణు జే జనమ హెూఇబే భలే.

పాంచ సహస్ర రే నర శరీరే,

బిష్ణు జే రాజుతి కరిబే భలే"

(పట్టా మడాణ–శిశు అనంత)

మహాపురుష శిశు అనంత మహారాజ్ గారు తమ 'పట్టా మడాణ' మాలిక గ్రంథంలో ఐదు వేల సంవత్సరాలు కలియుగం సమాప్తి అయిన తరువాత , ప్రభువు శ్రీమహావిష్ణువు అరవై నాలుగు కళలతో మానవ రూపంలో భూమిపైకి వచ్చి ప్రపంచాన్ని పాలించునని చెప్పారు.

ఎ జే సుబాహు జుగ కలి,

క్షీణ ఆయుష మహాబలి.

పాపే సకల క్షయ జిబ,

పాంచ సహస్ర భోగ "హేబా"

(ఆది సంహితా– అచ్యుతానంద)

మహాపురుష్ అచ్యుతానంద దాస్ గారు తమ 'ఆది సంహిత' గ్రంథంలో కలియుగం యొక్క వయస్సు 4,32,000 సంవత్సరాలు అని రాశారు. కానీ మనిషి చేసిన పాప కర్మల వల్ల కలియుగం కాలము క్షీణించి కేవలం ఐదు వేల సంవత్సరాలు మాత్రమే అనుభవించవలసి ఉండును అని చెప్పారు.

కలియుగం యొక్క మొత్తం వయస్సు 4,32,000 సంవత్సరాలు అని మహాపురుష్ అచ్యుతానంద్ దాస్ గారు మరియు అందరూ మహాపురుషుల గ్రంథాల నుండి రుజువు చేయబడింది. కానీ మానవుడు చేసిన భయంకరమైన పాప కర్మలవల్ల యుగక్షయం కారణంగా కలియుగం యొక్క ఆయువు ఐదు వేల సంవత్సరాలు మాత్రమే ఉండును. ఆ సంగమయుగం సమయంలో, కల్కి భగవానుడు అవతరించి ధర్మసంస్థాపన చేయును.

అధ్యాయం-4
ఏ ఏ పాపాలు చేయుట వలన కలియుగ పతనం అవుతుంది?

చతుర్యుగ గణన ప్రకారం, కలియుగం 4,32,000 సంవత్సరాల అనుభవించవలసి ఉన్నది. కానీ మనుషులు చేసే పాపకర్మల వల్ల కలియుగం యొక్క ఆయువు క్షీణిస్తుంది. భవిష్యమాలిక గ్రంథాల ప్రకారం, ఏఏ 35 రకాల పాపాల వలన కలియుగం యొక్క కాలము క్షీణించబోతుందో వాటి పేర్లు ఈ క్రింది విధంగా ఉన్నాయి–

1. తండ్రి హత్య
2. మాతృహత్య
3. స్త్రీ హత్య
4. శిశుహత్య
5. గోహత్య
6. బ్రహ్మ హత్య
7. భ్రూణ హత్య
8. మాతృ అపహరణ
9. సోదరి అపహరణ
10. కన్య అపహరణ
11. సోదరుని భార్య అపహరణ
12. విధంతు స్త్రీ అపహరణ
13. పరాయి మహిళ అపహరణ
14. స్త్రీ హరణ
15. గర్భిణీ స్త్రీ అపహరణ
16. కుమారి అపహరణ
17. జంతు అపహరణ
18. భూమి హరణ
19. పరాయి సంపద అపహరణ
20. మ్లేచ్ఛ వేషధారణ
21. తినకూడని ఆహారాన్ని తినడం
22. గమ్యం లేని ప్రయాణం
23. అతి నిరాశ
24. కుటుంబ వైరాగ్యం
25. స్నేహితుడిని మోసం చేయడం
26. విశ్వాసఘాతం
27. తక్కువ కులం వారితో ప్రీతి చెందడం
28. నగ్నంగా స్నానం చేయడం

29. నగ్నంగా పడుకోవడం

30. తప్పుడు ప్రసంగం చేయడము

31. సత్ గ్రంథాలను నిందించడం

32. ఆవు మేత పచ్చిక బయళ్లను, శ్మశాన వాటికను ఆక్రమించడం/హరణ

33. తులసీ మాతని పూజించకపోవడం

34. విష్ణుమూర్తిని పూజించకపోవడం

35. తండ్రిని, తల్లిని పూజించకపోవుట (గౌరవించకపోవడము)

పైన చెప్పిన పాపకర్మల వల్ల కలియుగం యొక్క ఆయువు క్షీణించి 5 వేల సంవత్సరాలు మాత్రమే అనుభవించవలసి ఉండును. ఈ విషయాలన్నీ మహాపురుష అచ్యుతానంద దాస్ గారు 'ఉద్ధవ భక్తి ప్రదాయిని' అనే గ్రంథంలో వ్రాశారు. ఇందులో ఉద్ధవులుమరియు మహాప్రభు శ్రీ కృష్ణులవారి మధ్య సంభాషణ ఉంది. దాని ప్రకారం, కలియుగం ముగింపు గురించి ఉద్ధవులు అడిగిన ప్రశ్నకు సమాధానమిస్తూ, శ్రీ కృష్ణల వారు ఇలా చెప్పారు–

"చారి లక్ష అటే బతిస సహస్ర ఆయుష ఏ కలియుగ.
పాప బడిబారు ఆయు కటిజిబ ఆల్ప హొయిబ భోగా"

(ఉద్ధవ భక్తి ప్రదాయినీ – అచ్యుతానంద)

అంటే, కలియుగం యొక్క ఆయువు 4,32,000 సంవత్సరాల నుంచి క్షీణించి కేవలం 5,000 సంవత్సరాలు మాత్రమే ఉండును.

ద్వాపర యుగంలో శ్రీ కృష్ణుడు మరియు అతని ప్రాణ స్నేహితుడు అర్జునుడు మధ్య సంభాషణ జరిగిన సమయంలో అర్జునుడు మహాప్రభు శ్రీ కృష్ణల వారిని కలియుగం ముగింపు, ధర్మ సంస్థాపన మరియు కల్కి భగవానుని అవతారం గురించి ప్రశ్నిస్తాడు. అప్పుడు శ్రీ కృష్ణుడు అర్జునుడికి అనేక లీలల గురించి వివరిస్తాడు. ఈ విషయాలను మహాపురుష

అచ్యుతానంద మహారాజ్ తన 'చౌషటి పటల', 'నీల సుందర గీత' మొదలైన అనేక గ్రంథాలలో వ్రాసారు.

అర్జునుడు మహాప్రభు శ్రీ కృష్ణుడిని ఇలా అడిగాడు "ఓ దేవా, దయచేసి ఏ ఏ పాపాల కారణంగా కలియుగం ఆయువు 4,32,000 సంవత్సరాల నుండి 5,000 మాత్రమే ఉండును మరియు ఏ ఏ పాపాల కారణంగా ఎంతెంత క్షీణించునో దయచేసి చెప్పండి అంటూ ప్రార్థించెను"

అప్పుడు శ్రీ కృష్ణుల వారు ముఖ్యమైన పాప కర్మల గురించి ఇలా వివరించెను-

1. అబద్ధం చెప్పడం వలన : 5000 సంవత్సరాలు

2. గంగానదిలో నగ్న స్నానం చేయడం వలన: 12000 సంవత్సరాలు

3. ద్విజలు అక్రమ సంబంధం పెట్టుకోవడంవలన: 30000 సంవత్సరాలు

4. స్నేహితుడితో శత్రుత్వం వలన: 6000 సంవత్సరాలు

5. శ్రీమహావిష్ణువు విగ్రహాన్ని పూజించకపోవడం వలన: 17000 సంవత్సరాలు

6. తులసీ మాతను పూజించకపోవడం వలన: 5000 సంవత్సరాలు

7. అతిథికి సేవ చేయకపోవడం వలన: 6000 సంవత్సరాలు

8. సోదరుడితో శత్రుత్వం వలన: 40000 సంవత్సరాలు

9. తినకూడని వస్తువులను తినడం వలన: 8000 సంవత్సరాలు (మాంసము, మద్యము)

10. ఇతరుల డబ్బు హరించడంవలన: 10000 సంవత్సరాలు

11. గోహత్య పాపం వలన: 100000 సంవత్సరాలు

12. పొందిన దానాన్ని చెడు మార్గంలో ఉపయోగించడం వలన: 14000 సంవత్సరాలు

13. వితంతు స్త్రీలతో తప్పుడు పనులు చేయడం వలన: 24000 సంవత్సరాలు

14. మూగ జీవులను చంపిన పాపం వలన: 11000 సంవత్సరాలు

15. కులం, మతం, వర్ణ నియమాలు పాటించకుండా ప్రేమించడం వలన: 12000 సంవత్సరాలు

16. గర్భస్త శిశుహత్య పాపం వలన: 7000 సంవత్సరాలు

17. స్త్రీ హత్య పాపం వలన: 32000 సంవత్సరాలు

18. గోవులుమేసే పచ్చిక బయళ్ళు మరియు శ్మశాన వాటికలను ఆక్రమించడం వలన: 40000 సంవత్సరాలు

19. తల్లిని అపహరించిన పాపం వలన: 5000 సంవత్సరాలు

20. విశ్వాస ఘాతం (ద్రోహం)చేయడం వలన: 40000 సంవత్సరాలు

21. తండ్రి-తల్లి హత్య మరియు వారికి అన్యాయం చేయడం వలన: 3000 సంవత్సరాలు

ఈ విధంగా కలియుగం యొక్క కాలము 4,32,000 సంవత్సరాల నుండి 4,27,000 సంవత్సరాలు తగ్గి కేవలం 5,000 సంవత్సరాలు మాత్రమే ఉండును.

పైన తెలుపబడిన విషయాలు, వివిధ శాస్త్రాలు-పురాణాలు మరియు మాలిక గ్రంథాలు ద్వారా చెప్పబడిన విషయం ఏమిటంటే అనేక పాపకర్మల వల్ల కలియుగం ఆయుష్షు తగ్గిపోయి కేవలం 5,000 సంవత్సరాలు మాత్రమే అనుభవించవలసి ఉండును. అలాగే, శాస్త్ర-పురాణంలో వివరించిన లెక్కల ప్రకారం, ప్రస్తుతం కలియుగం 5,125 వ సంవత్సరం జరుగుతోంది. అంటే కలియుగం పూర్తిగా ముగిసిపోయింది.

అధ్యాయం-5

ధర్మ సంస్థాపన కొరకు
విష్ణు భగవానుని దశావతారాలు

శ్రీ కృష్ణ భగవానుడు శ్రీమద్ భగవద్గీతలో అర్జునుడితో ఇలా అనెను–

"యదా యదాహి ధర్మస్య గ్లానిర్భవతి భారత ।

అభ్యుత్థానమధర్మస్య తదాత్మానం సృజామ్యహమ్ ॥4-7॥

పరిత్రాణాయ సాధూనాం వినాశాయ చ దుష్కృతామ్ ।

ధర్మ సంస్థాపనార్థాయ సంభవామి యుగే యుగే ॥4-8॥"

ధర్మానికి నష్టం వాటిల్లినప్పుడల్లా నేను వస్తానని పై శ్లోకంలో స్పష్టంగా చెప్పబడింది. ఎప్పుడైతే అధర్మం పెరుగుతుందో, అప్పుడు ధర్మాత్ములను రక్షించడానికి, దుష్టులను నాశనం చేయడానికి, ధర్మాన్ని స్థాపించడానికి నేను యుగ–యుగంలో మానవ రూపంలో జన్మిస్తాను.

గోస్వామి తులసీదాస్ గారు తమ రామచరిత మానస్ గ్రథంలో ఇలా అన్నారు–

"జబ్ – జబ్ హోఇ ధరం కీ హానీ,

బాడహి అసుర అధమ అభిమానీ,

తబ్ – తబ్ ధరి ప్రభు, వివిధ శరీరా,

హరహి దయానిధి సజ్జన పీరా"

ఈ పంక్తులలో, గోస్వామి తులసీదాస్ గారు మాట్లాడుతూ, ఎప్పుడైతే ధర్మానికి హాని జరుగుతుందో, అసురులు, దురాచారుల అధర్మం, అత్యాచారాలు, పెరుగుతాయో, అప్పుడు పరమ కృపతో శ్రీమహావిష్ణువు

అవతారాలు దాల్చును. రాక్షసులను సంహరించడం ద్వారా, సాధువులు, ఋషులు, మానవులు మరియు దేవతలను రక్షించును.

ఈ విధంగా మహావిష్ణువు దశావతారాలు వివిధ యుగాలలో వివిధ అవతారాలు ధరించెను. భగవాన్ నారాయణులు సత్యయుగంలో ఐదు అవతారాలు తీసుకొనెను – మత్స్య అవతారం, కూర్మావతారం, వరాహ అవతారం, నరసింహ అవతారం మరియు వామన అవతారం. అదేవిధంగా, త్రేతాయుగంలో, భగవాన్ నారాయణులు రెండు అవతారాలు తీసుకొనెను – రామ అవతారం మరియు పరశురాముడు/భృగుపతి అవతారం. ద్వాపర యుగంలో, భగవాన్నారాయణులు కృష్ణ అవతారం మరియు హలధర్/బలరామ్ అవతారం అనే రెండు అవతారాలు తీసుకున్నాడు.

ఈ కలియుగంలో భగవాన్ నారాయణులు మొత్తం మూడు అవతారాలు తీసుకుంటాడని చెప్పబడింది. కానీ దశావతారాలలో రెండు మాత్రమే వర్ణించబడ్డాయి. కవి జయదేవ్ మహారాజ్ యొక్క 'గీత గోవిందం' మరియు 'భగవత్ శాస్త్రం' మొదలైన అనేక పుస్తకాలలో, భగవంతుని దశావతార వర్ణన కనిపిస్తుంది. ఆ దశావతారాల గురించిన సంక్షిప్త వివరణ క్రింద చెప్పబడినది–

1. మత్స్య అవతారం–

మహర్షి వేదవ్యాన్ గారు శ్రీమద్భాగవత మహాపురాణంలో భగవంతుని మత్స్య అవతారం గురించి ఇలా వ్రాశారు–

"ఆసీదతీతకల్పాన్తే బ్రహ్మో నైమిత్తికో లయః.
సముద్రోపప్లుతాస్త్రత లోకా భూరాదయో నృపా
కాలేనాగతనిద్రస్య ధాతుహ శిశయిషోర్బలీ
సుఖతో నిఃశ్రుతాన్ వేదాత్ హయగ్రీవోన్దన్తికేన్ధహరతా
జ్ఞాత్వా తహదానబేద్రస్య హయగ్రీవస్య చేష్ఠితమ్
దధార శఫరీరూపం భగవాన హరిరీశ్వరా.
అతీతప్రళయాపాయ ఉత్థితాయ స బేధసే
హత్వాసురం హయగ్రీవం వేదాన్ ప్రత్యాహరంధరి

– శ్రీమద్భాగవ మహాపురాణం – మత్స్యావతారకథ – ఎనిమిదవ
స్కంధం – చతుర్వింశోఽధ్యయ:

శ్రీ జయదేవ్ గారు తమ'గీత గోవింద' గ్రంథంలో మత్స్యావతారం
గురించి ఇలా వ్రాశారు–

"ప్రళయ పయోధి జలే ధృతవానసి వేదమ్.
విహితవహిత్ర చరిత్రమఖేదం.
కేశవ ధృత మీన శరీర
జయ జగదీశ హరే"

పై రెండు శ్లోకాలలోనూ భగవంతుడు మత్స్య అవతారంలో దర్శనమిచ్చి
ఏమి చేశారో చెప్పబడింది. శ్రీమహావిష్ణువు మనువు యొక్క నౌక ద్వారా
మానవాళిని వినాశకరమైన ప్రళయం నుండి రక్షించెను. మహావిష్ణువు
అతని ద్వారా ధర్మాన్ని స్థాపించే కార్యమును పూర్తి చేసెను.

హయగ్రీవుడు అనే రాక్షసుడు వేదాలను అపహరించి లోతైన సముద్ర
జలాల్లో దాక్కొనెను. శ్రీమహావిష్ణువు మత్స్యావతారమెత్తి, హయగ్రీవుడిని
చంపడానికి అతనితో భీకర యుద్ధం చేసి వేదాలను రక్షించి బ్రహ్మ దేవునికి

తిరిగి ఇచ్చాడు. మహావిష్ణువు మత్స్యావతారంలో ఏడుగురు ఋషులను కూడా రక్షించాడు.

2. కూర్మ అవతారం-

శ్రీమద్భగవద్గీత మహాపురాణంలో, మహార్షి వేదవ్యాసులు కూర్మ అవతారం గురించి ఇలా ప్రాశారు-

"పృష్ఠే భ్రామ్యదమన్దమన్దరగిరి- గ్రావాగ్రకణడవయనానిద్రాలో కమటా కృతేర్భగవతః శ్వాసానిలాః పాన్తు వః.

యతసంస్కార కలానువర్తన బశాద బేలానిభేనాయసాం జతాయాతమతన్ద్రితం జలనిధేర్నాద్యాపి విశ్రామ్యతి."

–శ్రీమద్భాగవత పురాణం / స్కంధం: 12 / అధ్యాయం: 13

దీని అర్థం శ్రీ మహావిష్ణువు కూర్మ అవతారంలో క్షీరసాగరం అగుడున ఉండి సముద్ర మథనం కోసం మందరాచల పర్వతానికి తమ వీపును పునాదిగా చేసెను.

రాక్షసుల చేతిలో తమ అధికారాన్ని కోల్పోతామని దేవతలు భయపడుతున్న సమయంలో, శ్రీ మహా విష్ణువు వారిని శక్తివంతంగా మరియు అమరత్వంగా మార్చే అమృతాన్ని పొందేందుకు సముద్రాన్ని మథనం చేయమని సూచించెను. సముద్రాన్ని మథనం చేయడంలో రాక్షసుల సహాయం పొందడానికి, దేవతలు రాక్షసులతో ఒప్పందం కుదుర్చుకున్నారు మరియు వారు సమస్త(అన్ని) వస్తువులను పొందడానికి సముద్ర మథనం చేశారు.

జయదేవ్ గారు తమ గీత గోవిందం'లో కూర్మ అవతారం గురించి ఇలా ప్రాశారు-

"క్షితిరతివిపులతరే తవ తిష్టతి పృష్ఠే.

ధరణి ధరణ కిణ చక్రగరిష్ఠే

కేశవ ధృత కచ్ఛపరూప

జయజగదీశ హరే"

దీని అర్థం ఏమిటంటే భూమిపై చిమ్మచీకట్లు కమ్ముకున్నప్పుడు, శ్రీ మహావిష్ణువు భూమిపై కాంతిని తీసుకురావడానికి కూర్మ అవతారం ధరించి, భూమిని తమ వీపు పైకెత్తి సూర్యుని కక్ష్యలో స్థాపించెను.

3. వరాహ అవతారం

శ్రీమద్భాగవత మహాపురాణంలో,మహర్షి వేదవ్యాస గారు వరాహ అవతారం గురించి ఇలా వ్రాశారు–

"తమాలనీల సితదంతకోట్యా

క్ష్మాముక్షిపంత గజలీలయంగా

ప్రజ్ఞాయ బంధాజలయొంధనువాకై–

బిరించి ముఖ్యా ఉపతస్తురీషమ్".

కవి జయదేవ్ గారు తమ 'గీత గోవిందం' గ్రంథంలో వరాహ అవతారం గురించి ఇలా వ్రాశారు–

"వసతి దశన శిఖరే ధరణీ తవ లగ్నా.

శశి నీకలంక కలేవ నిమగ్న.

కేశవ ధృత సూకర రూప

జయ జగదీశ హరే.."

దీని అర్థం ఏమిటంటే హిరణ్యాక్షుడు అనే రాక్షసుడు భూమిని సముద్రంలోనికి లాగి తీసుకుని పోయెను. అప్పుడు విష్ణు భగవానులు

భూమిని రక్షించడానికి వరాహ రూపాన్ని ధరించి, వేల సంవత్సరాలు యుద్ధం తరువాత హిరణ్యాక్షుడిని చంపి భూమిని ఉద్ధరించెను.

4. నరసింహ అవతారం

శ్రీమద్భగవద్గీత మహాపురాణంలో, మహర్షి వేదవ్యాస్ గారు నరసింహావతారం గురించి ఇలా చెప్పారు–

"దిబిస్సృశత్కాయ మదిర్షిపీ బరగ్రీబోరుబక్ష: స్థలమలుమధ్యమమా.

చన్ద్రాశుగౌరైశ్చురితం తద్వరు+హైర్విష్వరాభుజాదిక+శతం నఖాయుద్ధమా

విశ్వక్ స్పురంతం గ్రహణాతురం హరిర్బ్యాలో యథాన్డన్ఖుం కులిశాక్షతత్వచమ

ద్వాయవర ఆపాత్య దదార లీలయా నఖైర్యథాహిం గరుడోం మహావిషమా"

– భాగవత పురాణం – స్కందం 7 – అధ్యాయం 8: శ్లోకం 29

కవి జయదేవ్ గారు కూడా తమ'గీత గోవిందం' గ్రంథంలో నరసింహావతారం గురించి ఇలా వ్రాశారు–

"తవ కరకమలవరే నఖమద్భుతశృంగమ్.
దళిత హిరణ్యకశిపు తనుభృంగం.
కేశవ ధృత నరహరిరూప
జయ జగదీశ హరే."

దీని అర్థం నరసింహ అవతారంలో విష్ణు భగవానులు సగం మనిషి రూపం మరియు సగం సింహరూపంలో తమ భక్తుడైన ప్రహ్లాదుని

అతనితండ్రి (రాక్షస రాజు హిరణ్యకశిపుడు) యొక్క దురాగతాల నుండి రక్షించెను. హిరణ్యకశిపునికి ఏ మనిషి లేదా జంతువు చేత, గాలిలో, నీటిలో లేదా సముద్రంలో కానీ, ఇంట్లో లేదా బయట కానీ, పగలు కానీ, రాత్రి కానీ, ఏ అస్త్రంలేదా శస్త్రం చేత చంపబడకూడదు అనే వరం ఉంది. ఈ వరం పొందిన తరువాత, అతను తనను తాను అమరునిగా భావించెను.

నరసింహ భగవానులు ఒక స్తంభం నుండి బయటకు వచ్చి, హిరణ్యకశిపుని తమ ఒడిలో పెట్టుకుని, (తలుపు) ద్వారం వద్ద తమ పొడవాటి గోళ్ళతో అతని కడుపుని చీల్చి హతమార్చెను.

5. వామన అవతారం-

మహర్షి వేదవ్యాస గారు శ్రీమద్భాగవత మహాపురాణంలో ఇలా చెప్పారు-

"యత్ తద్ బపుర్భాత్ బిభుషణాయుధైరబ్యుక్తచిద్ బ్యక్తమధారయన్నరి.
బభువ తేనైబ స వామనో బటు: సంపశ్యతేర్ద్దివ్యగతిర్యధా నట:"

-శ్రీమద్ భాగవత పురాణం-అష్టమ: స్కంధ: అష్టాదశోధ్యాయ: శ్లోకం 12

"ధాతు కమండలుజలం తదురుక్రమతస్య,
పాదాబనేజన్ పవిత్రతయా నరేంద్ర.
స్వర్ధున్య భూన్వభసి పతతీ నిమర్ఘ్ని,
లోకత్రయం భగవతో బిశదేవ్ కీర్తి."

– శ్రీమద్ భగవత మహాపురాణం / స్కంధ 08 / అధ్యాయం:

21 కవి జయదేవ్ గారు కూడా తమ 'గీతగోవింద' గ్రంథంలో ఇదే విషయం నిరూపిస్తూ ఇలా వ్రాశారు-

"ఛలయసి విక్రమణే బలిమద్భుతవామన.

పదనఖనీరజనితజనపావాన.

కేశవ ధృతనానవరూప

జయ జగదీశ్ హరే.."

పైన పేర్కొన్న రెండు శ్లోకాల అర్థం వామన అవతారంలో (ఒక చేతిలో కమండలం, మరో చేతిలో గొడుగు పట్టుకుని ఉన్న మరుగుజ్జు రూపంలో) ఇంద్రుని రాజ్యాన్ని పునరుద్ధరించడానికి తీసుకోబడినది అని.

రాజాబలి హిరణ్యకశిపుని మునిమనవడు. అతను తన తపోబలంతో మూడు లోకాలపై తన అధికారాన్ని స్థాపించెను. అతని ప్రతిష్ట ముందు ఇంద్రుడి ప్రతిష్ట వెలవెల పోయెను. ఇంద్రుడు తన ఆధిపత్యాన్ని స్థాపించడానికి విష్ణుభగవానుల సహాయం అర్థించెను.

విష్ణువు వామనరూపాన్ని ధరించి ధ్యానం చేయడానికి తనకు భూమిని (మరుగుజ్జు యొక్క మూడడుగులకు సమానమైన భూమి) ఇవ్వమని రాజాబలిని కోరెను. రాజా బలి ఆయన అభ్యర్థనను అంగీకరించినప్పుడు, విష్ణువు తమ దైవ శక్తులను ఉపయోగించి మొదటి రెండు అడుగులతో భూమిని మరియు స్వర్గాన్ని ఆక్రమించెను. మరియు బలి అతని రాజ్యాన్ని కోల్పోయెను.

కానీ రాజాబలి తన గొప్పతనాన్ని ప్రదర్శించి, మూడవ పాదాన్ని తన తలపై ఉంచమని భగవానుని కోరెను. బలి దాతృత్వాన్ని చూసి సంతోషించిన విష్ణువు బలిని పాతాళానికి రాజుగా చేసెను.

6. పరశురామ అవతారం-

మహర్షి వేదవ్యాస గారు శ్రీమద్భాగవత మహా పురాణంలో ఇలా చెప్పారు –

"అవతారే షోడశమే బ్రహ్మద్రుహన్నృపాన్.
త్రిసప్తకృత్వః క్షిపితోనిక్షత్రా మకరోన మహీమ".
"అస్తేంధద్యాపి మహేంద్రాదై న్యస్తదణ్ఢ ప్రశన్తధీ.
ఉపగియమానచారితః, సిన్దగంధర్వచారణై:.
ఏవం భృగుషు విశ్వాత్మాభగవాన్ హరిరీశ్వరః
అబతీర్య పరం భారం భుబోన్ధహన బహుశోన్నృపనా".

కవి జయదేవ్ గారు తమ'గీత గోవిందం' గ్రంథంలో ఇలా వ్రాశారు-
"క్షత్రియరుధిరమయే జగతపగతపాపం,
స్నపయసి పయసి శమితభవతాపం.
కేశవ ధృతభృగుపతిరూపా,
జయ జగదీశహరే".

త్రేతాయుగంలో శ్రీమహావిష్ణువు పరశురాముల వారు/భృగువతిగా అవతరించినట్లు రెండు శ్లోకాలలోనూ ప్రస్తావించబడింది. పరశురాముల వారు (కుడి చేతిలో గొడ్డలితో ఆయనరూపం వర్ణించబడింది) విష్ణువు యొక్క ఆరవ అవతారం. ఈ అవతార సమయంలో, మహాప్రభు పరశురాముడు క్షత్రియుల రక్తం వంటి నీటితో ప్రపంచంలోని వేడిని మరియు పాపాలను శాంతింపజేశాడు. తన తండ్రి మరణానికి కోపించి 21 సార్లు క్షత్రియులను నాశనం చేసి భూమిపై క్షత్రియులు లేకుండా చేశాడని చెబుతారు.

7. రామ అవతారం-

మహర్షి వేదవ్యాస గారు శ్రీమద్భాగవత మహా పురాణంలో రామ అవతారం గురించి ఇలా చెప్పారు.

"తతః ప్రజగ్ము: ప్రశమం మరుద్గణా,
దిశః ప్రసేహుర్విమల నభోన్ద్రభవత్.
మహి చ కమ్పే న చ మారుతో బభై,
స్థిర ప్రభాశ్చాప్యభవత్ దివాకరః"

– రామాయణం / యుద్ధకాండము / సర్గ:111

అదేవిధంగా, 'ఆధ్యాత్మ రామాయణం'లో రామావతారం గురించి ఈ విధంగా వ్రాయబడ్డాయి –

"ఏవం స్తుతస్తు దేవేశో విష్ణుస్త్రిదశపుంగవః.
పితామహ పురోగాంస్తాన్ సర్వలోకానమస్కృతః".

"అబ్రబీత త్రీదశాన్ సర్వాన్ సమేతాన్ ధర్మసంహితాన్.
సపుత్రపౌత్రం సామాత్య సమన్త్రిజ్ఞాతిబాన్దవమ్.
హత్వా కురందురాధర్షం దేవర్షీణం భయాబహమ్,
దశవర్ష శహస్రాణి దశవర్ష శతాని చ.
వత్స్యామి మానుషే లోకే పాలయన్ పృథివీమిమామ్
రావణేన హృతం స్థానమ్స్కాకం తేజసా సహ,
త్వయాద్య నిహతో దుష్ట: పునః ప్రాప్తః పదం స్వకమ్."

కవి జయదేవ్ గారు తమ 'గీత గోవిందం' గ్రంథంలో రామ అవతారం గురించి ఇలా వ్రాశారు–

"వితరసి దిక్షు రణే దిక్పతికమనీయం.
దశముఖమౌలి బలిం రమణీయం.
కేశవ ధృతరఘుపతివేష
జయ జగదీశ్ హరే."

భగవాన్ శ్రీరాముడు యొక్క ఏడవ అవతారమని పై శ్లోకాలలో చెప్పబడింది. ఈ అవతారంలో భగవాన్ శ్రీరాముడు ధనస్సు మరియు

బాణాలను ధరించి ఉండునని ప్రస్తావించబడెను. దశానన రావణుడిని సంహరించి తమ పత్ని సీతమ్మను చెర నుండి విడిపించెను. త్రేతాయుగంలో ధర్మసంస్థాపన కార్యంలో ఇదే ప్రముఖమైనది.

ఈ కార్యంలో ఆయనకు లక్ష్మణులు మరియు హనుమంతుల వారి సహాయం చేశారు. ఈ కథ 'రామాయణం' మహాకావ్యంలో వివరించబడినది. నైతిక శ్రేష్ఠత మరియు వివాహ స్థిరత్వానికి భగవాన్ శ్రీరాముల వారి జీవితం గొప్ప ఉదాహరణ. అయన ప్రపంచంలోనే అత్యుత్తమ రాజు. ప్రజా పాలనలో ఆయనను మించిన వారు బహుశా ఎవరూ లేరు. ఆయన బలశాలి,గంభీరమైన యోధుడు మరియు వీరుడు. అసురులు మరియు దురాచారులు ఆయన పేరు చెబితేనే కంపించి పోయేవారు. ఆయన ఆదర్శ ప్రవర్తన ఎలాంటిదంటే, భూమిపై ఆయన రాజ్యం ఒక ఆదర్శ రాజ్యంగా పరిగణించబడుతున్నది. అందుకే నేటికీ ఆదర్శ రాజ్యాన్ని 'రామరాజ్యం' అని పిలుచుకుంటున్నాం.

8. బలరామ/హలధర అవతారం-

మహర్షి వేదవ్యాస గారు శ్రీమద్భాగవత మహాపురాణంలో బలరామ అవతారం గురించి ఇలా చెప్పారు

"స ఆజుహోబ యమునాం జలక్రీడార్థమీశ్వర:
నిజం బాక్యమనాద్యత్య మభ రత్యాపగాం బలం.
అనాగతాం హలాగ్రేణ కుపితో బిచకర్ష హ.
పాపే త్వం మామవజ్ఞాయ యన్నాయాసి మయన్ధ ధహుతా,
నేష్యే త్వం లంగలాగ్రేణ శతధా కామ చారిణీమ్.

ఏవం నిర్భత్సితా భీతా యమునా యదునందనమ్,
ఉవాచ చకితా వాచం పతితా పాదయోర్ముప."

– శ్రీమద్భాగవత్పురాణం / స్కంధం: 10 / ఉత్తరార్ధం / అధ్యాయ: 65

కవి జయదేవ్ గారు తమ 'గీతగోవిందం' గ్రంథంలో బలరామ అవతారం గురించి ఇలా వ్రాసారు–

"వహసి వపుషి విశదే వసనం జలదాభమ్.
హలహతభీతి మిలిత యమునాభమ్.
కేశవ్ ధృతహలధర రూప
జయ జగదీశ్ హరే"

ద్వాపర యుగంలో భగవాన్ బలరామ్ జీ యమునా నదీతీరంలో తమగోపీ, గోపాలులతో లీలలను చేస్తూ వారందరూ యమునా నదిలో స్నానానికి వెళ్లినప్పుడు, యమునా నది అహంకారంతో వారిని స్నానం చేయనివ్వలేదని పై పంక్తుల అర్థం. అప్పుడు బలరాముల వారు తమ నాగలితో మట్టిని చీల్చి యమునా నది దిశను మార్చి, యమునా నది యొక్క అహంకారాన్ని తొలగించెను.

9. బుద్ధ అవతారం–

శ్రీమద్భాగవత మహాపురాణంలో, మహర్షి వేదవ్యాస్ గారు బుద్ధ అవతారం గురించి ఇలా వ్రాసారు

"తతః కతా సంప్రవృత్తే సంమోహాయ సురదిక్షామ్,
బుద్దో నామ్నా జనసుతః కీంకటేషు భవిష్యతి ।
– భాగవతం స్కంధం 1 అధ్యాయం 3 శ్లోకం 24

ఇంకా కవి జయదేవ్ గారు తమ 'గీత్ గోవిందం' గ్రంథంలో బుద్ధ అవతారం గురించి ఇలా వ్రాశారు

"నిందసి యజ్ఞవిధేరహహ శ్రుతిజాతమ్.
సదయ హృదయ దర్శిత పసుఘాతమ్.
కేశవ్ ధృతబుద్ధశరీర
జయ జగదీశ హరే.."

ఈ పంక్తులలో బుద్ధ అవతారం భగవాన్ విష్ణువు యొక్క తొమ్మిదవ అవతారం అని చెప్పబడింది. కలియుగంలో, ఆ యన దైవాన్ని ద్వేషించే వారిని మార్చుట కొరకు ఒరిస్సాలోని కీంకట పట్టణంలో అజన్ గారికి కుమారుడిగా జన్మించాడు (అయితే ఆయన) నేపాల్లో జన్మించాడని (ప్రమాణం లేకుండా చెబుతారు). ఆధునిక నమ్మకం ప్రకారం, గౌతమ బుద్ధుడేబుద్ధ అవతారం. కలియుగం ముగియడానికి కొన్ని సంవత్సరాల ముందు, ఆయన అవతారం ఎత్తి యాగంలో జంతుబలి సంప్రదాయాన్ని తొలగించి ధర్మ సంస్థాపన చేసెను.

10. కల్కి అవతారం-

శ్రీమద్భాగవత మహాపురాణంలో, మహర్షి వేదవ్యాస్ గారు కల్కి అవతారం గురించి ఇలా వ్రాసారు

"అథసైయుగ సంధ్యాయం దస్యుప్రాయేషు రాజసు,
జనితా విష్ణయశస నామ్నా కల్కిః జగత్పతిః
బద్దైర్వ్య మోహయతి యజ్ఞకృతోన్ రథదర్శన,
శూద్రాన్ కలౌ క్షితిభుజో న్యహనిష్యదన్తే.

శ్రీ మద్భాగవతం-వొదటి స్కందం, మూడవ అధ్యాయం, శ్లోకం-25

కవి జయదేవ్ గారు తమ 'గీత గోవిందం' గ్రంథంలో బుద్ధ అవతారం గురించి ఇలా వ్రాశారు-

"మ్లేచ్ఛ నివహనిధనే కలయసి కరవాలమ్,
ధూమకేతుమివ కిమపి కరాలమ్.
కేశవ ధృతకల్కిశరీర
జయ జగదీశ్ హరే."

భగవాన్ విష్ణువు ధరించిన దశావతారాలలో కల్కి అవతారం మాత్రమే దాల్చువలసి ఉన్నది. ఈ కలియుగంలో కల్కి భగవానుడు దూమకేతువుకి సమానంగా ఉగ్రరూపం దాల్చనున్నారు. చేతిలో పెద్ద ఖడ్గాన్ని పట్టుకుని, గుర్రంపై స్వారీ చేస్తూ, దుష్టులను, పాపులను, దురాచారులను, మ్లేచ్ఛులను నాశనం చేసి భూమిపై సత్యయుగానికి ధర్మ సంస్థాపన చేయును.

ముఖ్యంగా పైన చెప్పబడిన దశావతార వర్ణన ప్రతిచోటా వర్ణించ బడింది. దశావతార వర్ణనను చదవడం వల్ల కలిగే ప్రయోజనం గురించి, శ్రీమద్భాగవత మహాపురాణంలో ఇలా పేర్కొనబడింది-

"శ్రణ్వతాం స్వకథాః కృష్ణ పూర్ణశ్రవణకీర్తనః,
హృద్యన్తస్థో హ్యభద్రాణి విధునోతి సుహృత్సతావ్
జన్మ గుహ్య భగవతో య ఏతత్ ప్రయతో నరః,
సాయం ప్రాతర్గుణాన్ భక్త్యా దుఃఖ గ్రామాత్ విముకతే"

శ్రీమద్భాగవతం, మొదటి స్కంధం, రెండవ అధ్యాయం, శ్లోకం-17

శ్రీ జయదేవ్ గారు దశావతారం చదవడం మరియు వినడం వల్ల కలిగే ప్రయోజనాల గురించి ఇలా వ్రాశారు.

"శ్రీజయదేవకవేరిదముదితముదారమ్,
శృణు సుఖదం శుభదం భవసారమ్.
కేశవ ధృతదశవిధిరూప
జయ జగదీశ హరే."

అంటే విష్ణువు యొక్క దశావతార స్తోత్రాన్ని పఠించడం శుభప్రదం మరియు సుఖదాయకం. దశావతార స్తోత్రాన్ని చదవడం లేదా వినడం ద్వారా భగవంతుని అనుగ్రహం పొంది భవసాగరం నుండి ఉద్ధరింపబడుదురు.

శ్రీ జయదేవ్ గారు తమ 'గీత గోవింద' గ్రంథంలో దశావతార స్తోత్ర ముగింపులో ఇలా వ్రాశారు–

"వేదానుద్ధరతే జగన్తి, వహ భూగోల ద్విభ్రతే,
దైత్యం దారయతే బలిం ఛాలయతే క్షత్రక్షయం కుర్వతే.
పౌలస్త్యం జయతే హలం కల్యతే కారుణ్యమాతన్వతే,
మ్లేచ్ఛాన్మూర్ఛాయతే దశకృతకృతే కృష్ణాయ తుభ్యం నమః."

హే శ్రీకృష్ణా! నీవు మత్స్యరూపం ధరించి ప్రళయసముద్రంలో మునిగిపోయిన వేదాలను రక్షించావు, సముద్ర మంథన సమయంలో మహాకూర్ముడిగా మారి భూమిని నీ వీపుపై ధరించావు, కరణార్ణవంలో మునిగిపోయిన భూమిని మహావరాహ రూపంలో రక్షించావు, హిరణ్యకశిపుడిని మొదలగు రాక్షసులను నరసింహ రూపంలో సంహరించావు, వామనుని రూపంలో రాజా బలిని కరుణించావు, పరశు రాముడి రూపంలో క్షత్రియ కులాన్ని సంహరించావు, శ్రీరాముడి రూపంలో బలవంతుడైన రావణుని జయించావు, శ్రీ బలరాముని రూపంలో హలమును ధరించావు. శ్రీ భగవాన్ బుద్ధుని రూపములో కరుణాకారునివై

దయను విస్తరింపజేశావు. కల్కి అవతారునివై మ్లేచ్చులను నాశనము చేస్తావు. ఈ విధముగా దశావతార రూపాలలో ప్రకటింపబడిన మహోప్రభు శ్రీ కృష్ణుని చరణారవిందములకు నా ప్రణామములు.

భవిష్య మాలిక గ్రంథం రచయిత మహాపురుష అచ్యుతానంద దాస్ గారు తమ 'అష్టగుజ్జరి' గ్రంథంలో ఇలా వ్రాశారు.

"భావ వినోదియాఠాకూర్ భక్త వత్సల్ హరి,
భక్తంకు పాఠం కలేవర్ దశ మురతీ దరీ"

అంటే, భగవాన్ విష్ణువు భక్త వత్సలుడు, భావమే భగవంతుడు, భక్తుల భావాలను అర్థం చేసుకొనును. ప్రతి యుగంలోనూ భక్తుల కళ్యాణ కారుడై దశ అవతారాలను ధరిస్తాడు.

అధ్యాయం-6
కలియుగ అంతాన్ని సూచించు లక్షణాలు

కలియుగం ముగిసింది మరియు ఈ వాస్తవాన్ని నిరూపించడానికి, పంచసఖులు మహాపురుషులు భవిష్య మాలిక గ్రంథాలలో అనేక లక్షణాలను స్పష్టంగా ఈ క్రింది విధంగా పేర్కొన్నారు –

(ఎ) మానవ నాగరికతలో వస్తున్న మార్పులు–

1. మానవ సమాజంలో చాలా మంది స్త్రీలు మరియు పురుషులలో వ్యంధత్వ దోషము వలన సంతానం కలగదు.

2. ఆడ మరియు మగ వారిలోలింగ మార్పిడి సాధ్యమవుతుంది మరియు చాలా మంది వ్యక్తులు లింగమార్పిడి చేయించుకొనెదరు.

3. కోరిక, మోహము, స్వార్థము మరియు ధనాపేక్ష వలన పుత్రులు వారి తల్లి దండ్రులను హత్య చేయుదురు.

4. సమాజంలో ఉమ్మడి కుటుంబ సంప్రదాయం అంతరించి పోతుంది. అన్నదమ్ములు వేరు వేరు ఇళ్ళలో ఉండటమే కాదు, భార్యా భర్తలు కూడా వేరు వేరు ఇళ్ళలో నివసిస్తారు.

5. కొడుకులు వృద్ధ తల్లిదండ్రులను వారి ఇంటి నుండి బయటకు నెట్టివేస్తారు మరియు వృద్ధ తల్లిదండ్రులు ఒంటరిగా లేదా వృద్ధాశ్రమాలలో నివసించెదరు.

6. మానవులు అన్ని వేళలా రోగాలతో బాధ పడుతూ తమ జీవితాలను మందుల సహాయంతో గడుపుతారు.

7. సమాజంలో మాంసాహారులు, మద్యపానం చేసేవారు, పొగాకు వాడేవారు, డ్రగ్స్ బానిసల సంఖ్య చాలా పెరుగుతుంది.

8. ప్రపంచంలో అబార్షన్ మరియు శిశుహత్య వంటి పాపాలు పెద్ద సంఖ్యలో పెరుగుతాయి.

9. ప్రపంచంలో రెండవ భార్య సంఖ్య చాలా పెరుగుతుంది.

10. భార్యాభర్తల మధ్య పవిత్రమైన ప్రేమ ఉండదు.

11. మానవ సమాజం దేవతలను పూజించరు.

12. చనిపోయిన వారి తల్లిదండ్రులకు కొడుకులు పిండదానం చేయరు.

13. తల్లిదండ్రుల అంత్యక్రియలకు పుత్రులు సహకరించరు.

14. వితంతు స్త్రీలు కూడా అంత్యక్రియలు చేస్తారు. మరియు పిండదానం చేస్తారు.

15. ఒక పురుషుడు మరియొక పురుషుని మధ్య వివాహం జరుగుతుంది.

16. ఒక స్త్రీ మరియు మరియొకస్త్రీ మధ్య వివాహం జరుగుతుంది.

17. సోదరుడు మరియు సోదరి మధ్య వివాహం జరుగుతుంది.

18. కొన్ని చోట్ల తండ్రి తన కుమార్తెతో తప్పుడు సంబంధాన్ని కలిగి ఉండును.

19. పురుషులు మ్లేచ్ఛుల దుస్తులు ధరించెదరు మరియు స్త్రీలు చాలా కాముకమైన మరియు మ్లేచ్ఛుల రూపాన్ని ధరించెదరు.

20. పురుషులు కూడా సంతానానికి జన్మనిచ్చెదరు.

21. పురుషులు తలపై భాగంలో వెంట్రుకలను ఉంచుకొని చెవి పై భాగం నుండి జుట్టును కత్తిరించుకొనెదరు.

22. అత్త మరియు మేనల్లుడు మధ్య వివాహం ఉంటుంది.

23. అత్త మరియు మేనల్లుడు మధ్య వివాహం ఉంటుంది.

24. అత్తగారు మరియు అల్లుడు మధ్య ప్రేమ ఉంటుంది.

25. మేనమామ తన మేనకోడలితో కలిసి గృహస్త జీవనం గడుపుదురు.

26. ప్రతి ఒక్కరూ పాశ్చాత్య సంస్కృతిని అవలంబిస్తారు మరియు దానికి అనుగుణంగా దుస్తులు ధరించెదరు.

27. పెళ్లయిన స్త్రీలు నుదుటిపై సింధూరం మరియు చేతికి కంకణాలు ధరించరు.

28. కలియుగంలో ఏ మానవుడూ తన పూర్ణ ఆయువుతో జీవించలేడు.

29. భగవద్గీత, భాగవతం, శాస్త్రాలు మరియు పురాణాల అధ్యయనాన్ని వదిలి మానవ సమాజం కామశాస్త్రాన్ని అధ్యయనం చేయుదురు.

30. ప్రజలు తులసి మాతను పూజించడం మాని వేయుదురు.

31. ప్రజలు గ్రామ దేవత/కులదేవిని పూజించడం మానివేయుదురు.

32. సమాజంలో మిధ్యావాదుల సంఖ్య చాలా పెరుగుతుంది.

33. పాపాత్ములు, అవినీతిపరులు మరియు అజ్ఞానులకు సమాజంలో గొప్ప గౌరవం లభించును.

34. వివాహంలో పెద్ద-చిన్న, కులం,మతం మరియు వర్ణం గురించి పట్టింపులు వుండవు.

35. చిన్న వయసున్న పురుషులు పెద్ద వయసున్న స్త్రీలను వివాహం చేసుకుందురు.

36. జ్ఞానులు గాయత్రీ మంత్రాన్ని విడిచిపెట్టి, ఇంద్రజాలం మరియు వశీకరణము మొదలైన విద్యలను పఠించెదరు.

37. రక్షకులు భక్షకులు అవుతారు (గ్రద్ద ధాన్యాన్ని తింటుంది).

38. ప్రపంచంలో వేదమార్గం నశిస్తుంది.

39. స్త్రీలు తమ వెంట్రుకలను ముడి లేదా జడలను వేసుకోకుండా వదలి వేయుదురు. యువతులు నగ్నంగా ఉండటం మరియు అంగ ప్రదర్శన చేయడం ఇష్టపడెదరు.

శ్రీ సత్య అనంత మాధవాయ నమః

40. స్త్రీ తన శరీరాన్ని అమ్మి పొట్టనింపు కొనెదరు.

41. కలియుగం చివరిలో రాజుల పాలన ఉండదు.

42. మానవులు ఏకాదశి నాడు వ్రతం చేయుదురు కానీ మాంసాహారం తినెదరు.

43. కొంతమంది నిర్మాల్యం (జగన్నాథ్ భగవానుని మహా ప్రసాదం)తో పాటు మద్యం మరియు మాంసం తినడం ప్రారంభిస్తారు.

44. ప్రజలు అకాల సమయాలలో తినడం, విహరించడం మరియు నిద్రపోవడం చేయుదురు.

45. పురుషుడు అకాల సంభోగము వలన బిడ్డ కడుపులోనే మరణిస్తాడు.

46. అబ్బాయిలు మరియు అమ్మాయిలు రహస్యంగా గర్భ విచ్ఛితి చేయుదురు.

47. పురుషులు పరాయి స్త్రీని అపహరించి వారితో సంతసించెదరు.

48. ప్రపంచంలోని అన్ని కుటుంబాలలో అశాంతి వాతావరణం కనిపిస్తుంది.

బి) ప్రకృతి మరియు పంచభూతాలలో వస్తున్న మార్పులు

1. అర్ధరాత్రి కోకిల పాడుతుంది

2. మావిడి చెట్లలో అకాల సమయంలో పూలు రావడం ప్రారంభమవుతుంది.

3. వేప చెట్లలో అకాలంలో పూలు, పండ్లు రావడం జరుగుతుంది.

4. వేర్వేరు చెట్లలో సహజానికి విరుద్ధముగా పూలు మరియు పండ్ల పంట కనిపిస్తుంది.

5. వెదురు చెట్ల నుండి ధాన్యము పండుతుంది.

6. పొలములోనే పంట గింజలు పురుగుల బారిన పడతాయి.

7. కొన్నిచోట్ల ఎక్కువ తక్కువ సాగు కారణాన పంటలు తగ్గుతాయి.

8. రాబోవు కాలములో చాలాచోట్ల కరువు కాటకాలు వస్తాయి.

9. పిడుగుపాటు వల్ల చాలామంది మనుషులు, జంతవులు మరణిస్తాయి.

10. గోమాతలకు అకాల మరణము సంభవిస్తాయి.

11. మనుషులు మరియు జంతువులలో తెలియని వ్యాధులు వ్యాపిస్తాయి.

12. భూమిపై 64 రకాల భయంకర వ్యాధులు వ్యాపిస్తాయి.

13. ఋతువులు అకాల మార్పులు చెందుతాయి. మరియు కేవలం 13 రోజులలో 6 ఋతువులు వస్తాయి.

14. నదులలో అకాల వరదలు వస్తాయి

15. సూర్యకిరణాలు 10 రెట్లు ఎక్కువ తీవ్రతతో ఉంటాయి.

16. అకాలంగా (పగటిపూట) పొంగమంచు చాయ ఉంటుంది

17. మాటి మాటికి తుఫానులు వస్తాయి. మరియు తుఫానుల తీవ్రశక్తి కారణంగా సముద్రం తీరము దాటి పైకి వస్తుంది.

18. ఎడారిలో వరదలు వస్తాయి.

19. భారీ వర్షాల కారణంగా పర్వత శిఖరాలపై కూడా వరదలు వస్తాయి. అవి మానవుల, జంతువుల నాశనానికి దారితీస్తాయి.

20. సముద్ర జీవులు జలచరాలు చాల చనిపోతాయి

21. అనేక అడవి జంతువులు గ్రామాలకు నగరాలకు వచ్చి మానవులకు నష్టము చేస్తాయి.

22. సూర్యుని వేడికి ఉత్తర మరియు దక్షిణ మేరు పర్వతాల మంచు కరగడం ప్రారంభమవుతుంది.

23. పెద్ద అడవులలో అగ్ని కారణముగా కోట్లాది వన్యప్రాణులు చనిపోతాయి.

24. ప్రతినెల ప్రతిదినము భూమిపై అక్కడక్కడ భూప్రకంపనలు వస్తాయి.

25. నక్కలు పగటిపూట అరుస్తాయి

26. కోడిపుంజు తలపై జుట్టు రంగు ఎరుపు నుండి తెల్లగా మారుతుంది.

27. వైశాఖ మాసంలో కూడా కమలం వికసిస్తుంది.

28. నాలుగు దిక్కులలో భూమిపై పొగ కమ్ముకొని ఉంటుంది.

29. పర్వతాల చదును ప్రాంతములో పర్వతాలపై మేఘాలు పగిలి కుండపోత వర్షాలు కురుస్తాయి.

30. ప్రతినెల భూమిపై ఎక్కడో ఒకచోట ఇసుక తుఫానులు, మంచు తుఫానులు, దుమ్ము తుఫానులు, చక్రవాత మొదలగు తుఫానులు వస్తాయి.

31. భూమిపై అనేకసార్లు అగ్ని పర్వతాలు పేలుతాయి.

సి. **గ్రహోలు మరియు నక్షత్రాలలో వస్తున్న మార్పులు**

1. చంద్రుని కిరణాలు మబ్బుగా కనిపిస్తాయి.

2. సూర్యకిరణాలు చాలా వేడిగా బలంగా ఉంటాయి.

3. మాటి మాటికి 13 దినాల పక్షాలు వస్తాయి (శుక్లపక్షం, కృష్ణపక్షం)

4. మాటి మాటికి ఆకాశం నుండి ఉల్కలు రాలుతాయి

5. అమావాస్యనాడు సంక్రాంతి ఒకేరోజున తరచుగా వస్తాయి.

6. చాలా తరచుగా ఒకే దినంలో పూర్ణిమ మరియు సంక్రాంతి కలుస్తాయి.

7. ఒక పక్షములోనే అమావాస్యనాడు సూర్య గ్రహణము పూర్ణిమనాడు చంద్రగ్రహణము కనిసిస్తాయి.

8. ఆ సమయములో సూర్యుని మరియు చంద్రుని నాల్గుదిక్కుల వలయం కనిపిస్తుంది.

9. మాటి మాటికి గ్రహ నక్షత్రాలలో అస్వభావిక వక్రగతులు కనిపిస్తాయి.

10. సూర్యకిరణాలు 10 రెట్లు ఎక్కువ తీవ్రతను పొందుతాయి.

11. గ్రహోల గతిచలనాలలో మార్పులు కనిపిస్తాయి.

12. గ్రహోలు మరియు నక్షత్రాల స్థితిగతులు అనుగుణంగా ఉండవు

13. సూర్యచంద్రులు ఏడు పగళ్లు, ఏడు రాత్రులు కనిపించరు. చీకటి ఉంటుంది.

14. తరువాత సమయములో కల్కి భగవానుని ద్వార కొత్త సూర్యచంద్రులను నక్షత్రములను స్థాపన చేస్తారు.

డి. ఆధ్యాత్మిక పరివర్తనలు

1. అనేక దేవాలయాలపై పిడుగులు పడతాయి.

2. కొన్నిచోట్ల పిడుగుపాటుకు గుడి జెండా కాలిపోతుంది.

3. వివిధ దేవాలయాలలో దొంగతనాలు, దోపిడీలు, విగ్రహాలు కూడా దొంగిలించబడతాయి.

4. గుడిలోపల కూడా చెడు పనులు చేస్తారు.

5. పూజారులు మాంసాహారం మద్యం సేవించిన తర్వాత దేవాలయాలలో పూజలు చేస్తారు.

6. ప్రజలు కూడా మాంసాహారం మద్యం సేవించి ఆలయ దర్శనానికి వస్తారు.

7. వివిధ దేవాలయాలలో ఆధ్యాత్మిక ప్రదేశాలలో ఆధ్యాత్మిక వాతావరణం ఉండదు.

8. దేవి దేవతలు ఉన్నప్పటికి ఆలయాలు రక్షించబడవు పూజలు జరగవు.

9. వివిధ ప్రదేశాలలో దేవి దేవతలను పూజించరు

10. ఈ పాపకార్యాల వల్ల దేవి దేవతలు ఊరు విడిచి వెళ్లిపోతారు.

ఇ. గురువు శిష్యులు మరియు సాధవులు సంతుల ప్రవర్తన

1. చాలామంది తమను తాము పోషించుకోవడానికి గురు సాంప్రదాయాన్ని ప్రారంభిస్తారు.

2. గురువులకు శాస్త్ర పురాణజ్ఞానం ఉండదు.

3. తంత్ర సాధన చేయువారు కొంతమంది తమను తాము గురువులుగా పిలిపించుకుంటారు.

4. భూత వైద్యులను పెద్ద గురువులుగా పిలిపించుకుంటారు.

5. గురు సంప్రదాయంలో మాంసం, మద్యము ప్రోత్సహించబడుతుంది.

6. అగ్రవర్ణాల వ్యక్తులు చేపలు పట్టడానికి వలలు, కర్రలు ఉపయోగిస్తారు. కసాయి పని చేస్తారు.

7. బ్రహ్మచారులు బ్రహ్మచర్యాన్ని పాటించరు.

8. తల్లిదండ్రులు పెట్టిన పేరును మాని స్వామీజీ, దాస్ మహరాజ్ మొదలైన రుదులు తగిలించుకొని ఠాకూర్‌గా గొప్ప వ్యక్తిగా పిలిపించుకుంటారు.

9. నారింజ మరియు ఎరుపు రంగు దుస్తులు ధరించడం ద్వారా వారిని వారే గురువులుగా పిలిపించుకుంటారు.

10. అడవులు నరికి బిల్వపత్రితో పూజలు చేసి కలలో దేవుని ఆజ్ఞ అంటు తప్పుడు ప్రచారం చేస్తారు.

11. గురువులు అని పిలువబడే వ్యక్తులు తమ శిష్యురాండ్రను వివాహం చేసుకుంటారు. ఆమెను తమ పట్టపురాణి అని పిలుస్తారు.

12. గురువులు తమను తాము భగవంతుని అవతారమని ప్రకటించుకుని ఆత్మవంచన చేసుకుంటారు.

13. నకిలీ శంఖ, చక్రములను చూపించి తమను తాము కల్కి భగవానునిగా చెబుతు ప్రజలను దోచుకుంటారు.

14. గురువు అని పిలుచుకుంటారు కాని శిష్యునికి ఆశచూపి అతని భార్యను లోబరచుకుంటారు.

15. వారిని వారు గోపాలునిగా పిలిపించుకొని శిష్యురాండ్రను గోపికలుగా చేసుకొని, వారి కామవాంచలు తీర్చుకొని తానే గోపాలునిగా చెప్పుకుంటారు.

16. గురువు తనను తాను భగవాన్ నారాయణునిగా పిలిపించుకుని, శిష్య, శిష్యురాండ్రకు మొక్షము ఆశ కల్పించి పాదసేవ చేయించుకుంటారు.

17. తన తలపై జటను కట్టుకుని తనను తాను సాధువు అని చెప్పుకుంటారు. ప్రజలను దోచుకుంటారు.

18. నిరక్షరాస్యులైన గ్రామీకులు మరియు సోమరిపోతులు తమను తాము దేవుని సేవకులుగా చెప్పుకుంటు, వారి భుజాలపైన పవిత్రమైన జంధ్యం ధరించి ప్రజలను మోసం చేయడం ప్రారంభిస్తారు.

19. గురువులు ధనవంతులైన శిష్యులను ఎంపిక చేసుకుని స్వీకరిస్తారు.

20. గురువు అని పిలువబడేవారు శిష్య శిష్యురాంద్రు సంపదలతో విలాసముగా గడుపుతారు.

21. శిష్యుల నుండి సంపద బంగారం, వెండి మొదలైన లోహాల దక్షిణ తీసుకుని స్వర్గంలో స్థానం కల్పిస్తానని శిష్యులకు తప్పుడు నాటకం వేస్తారు.

22. అందమైన స్త్రీలకు రకరకాల ప్రలోభాలు కల్పించి వారిని శిష్యురాంద్రను చేసుకొని వారి కోరికలు తీర్చుకుంటారు.

ఈ విధంగా యుగాంతంలో ప్రపంచంలో అనేక మార్పులు వస్తాయి. మరియు వ్యతిక్రమాలు ఉల్లంఘనలు కనిపిస్తాయి. భవిష్య మాలికలో పంచసఖులు అంటారు. కలియుగం పూర్తయ్యాక ఈ లక్షణాలన్ని కనిపించడం ప్రారంభించాయి అని దీనివలన వ్యక్తమగుచున్నవి. ఈ లక్షణాలలో కొన్ని ఆధారాలు ఇంకా తెలియబడాలి.

కాబట్టి కలియుగం పూర్తిగా ముగిసి పోయిందని ఈ సంగమ యుగము లేదా యుగసంధ్యా సమయం జరుగుతోందని చెప్పవచ్చు.

7వ అధ్యాయం
కలియుగంలో భగవంతుని మూడు అవతారాలు ఉంటాయి.

పంచసఖులు రచించిన భవిష్య మాలిక గ్రంథం ప్రకారం, కలియుగంలో, ఈ భూతలములో భగవంతుడు మూడు అవతారాలు అవతరిస్తారు. మహాపురుష్ అచ్యుతానంద జీ "జై ఫూల్ మాలిక" పుస్తకంలో ఇలా వ్రాశారు.

శ్లో|| "కలిరేతీన్ జన్మహేబే పరాప్రభు శ్రీనారా
యణ్, జా ఈ ఫూల్లో జాఈ ఫూల్ లో
సేతో భక్త జిబ్ జీబన్ జాఈ ఫూల్లో"

అర్థం : కలియుగంలో భక్తుల దైవమైన ప్రభు శ్రీ నారాయణుడు భూమిపై మూడుసార్లు అవతరిస్తాడు.

కలియుగంలో భగవంతుని మొదటి అవతారం – బుద్ధ భగవానుడు

"భవిష్య మాలిక" ప్రకారం, కలియుగం మధ్య భాగంలో, బుద్ధ భగవానుడు అవతరిస్తాడు. భక్త కవి జయదేవుడు తన దశావతార స్తుతిలో ఈ విషయంలో బుద్ధ అవతారాన్ని కూడా వివరించాడు.

"నిన్దసి యజ్ఞవిధేరహహశ్రుతిజాతం సదయహృదయ దర్శిత పశుఘాతం. కేశవ ధృత్ బుద్ధ శరీరం జయ జగదీశ హరే"

పై శ్లోకం కలియుగం మధ్య యుగంలో పెద్ద సంఖ్యలో పశువులు బలి ఇచ్చేవారని, మంత్ర, తంత్రాల ప్రభావంతో జంతువులను చంపడం తారాస్థాయికి చేరిందని నిరూపిస్తుంది. సనాతన ధర్మ సూత్రాలు దాదాపు అంతరించి పోయాయి. ఆ సమయంలో భగవంతుడు బుద్ధుని రూపంలో

ధరణిపై అవతరించి, పశుబలి మరియు జంతు హత్యలను వ్యతిరేకిస్తూ సనాతన ధర్మాన్ని పునః స్థాపించాడు.

శ్లో ॥ "తతః కలౌ సంప్రవృత్తె సమోహోయ సురద్విశాం.
బుద్ధో నామ్నాజినసుతః కీకటేషు భవిషతి".

మహారాజు ప్రజల అన్యాయం, అధర్మం మరియు ప్రాణులను చంపడం వంటి పాపాలలో పూర్తిగా మునిగి పోయినప్పుడు, వారందరినీ మార్చడానికి మరియు సత్యము సనాతన ధర్మాన్ని స్థాపించదానికి భగవంతుడు కీకాట్ ప్రాంతంలో బుద్ధనిగా అవతరించాడు.

కలియుగంలో భగవంతుని 2వ అవతారం భగవాన్ చైతన్య కలియుగంలో రెండవ అవతారంగా, నదియ నవద్వీప గ్రామంలో శ్రీ చైతన్య అనే పేరుతో భగవంతుడు జన్మించాడు. మరియు ప్రపంచమంతటా విష్ణువు యొక్క మహా మంత్రాన్ని ప్రబోధించాడు. జంతువులను చంపడాన్ని వ్యతిరేకించడంతో పాటు, ధరణిపై వైష్ణవ ధర్మాన్ని పునరుద్ధరించారు.

శ్లో॥ "కృష్ణర్ ప్రఘతా త్రిగుట ప్రకార్
శాస్త్రర్ శ్రీమూర్తి ఆర్ భక్త కలేబర్.

వివరణ: భగవంతుడైన చైతన్య నామ సంకీర్తన మహిమ మరియు అహింస ధర్మాన్ని ప్రచారం చేసి అలాగే భక్తి మరియు ప్రేమ ద్వారా భగవంతుడిని చేరుకోవడానికి ప్రత్యేకమైన మరియు ఉచిత మార్గాన్ని చూపించాడు. నిజానికి, అతని బోధన విగ్రహారాధన, శ్రీమద్భాగవత పారాయణం మరియు భక్తి యొక్క సారాంశము.

కలియుగంలో భగవంతుని 3వ అవతారము కల్కి భగవానుడు

"భవిష్య మాలిక" మరియు వివిధ గ్రంథాలలో "కలియుగం" యొక్క 5000 సంవత్సరాలు గడిచిన తరువాత, కల్కి భగవానుడు ఈ ధరణిలో

అవతరిస్తాడు. "అని ప్రస్తావించబడింది. ఇప్పుడు కలియుగం 5125 సంవత్సరాలు నడుస్తోంది. ఈ ముఖ్యమైన వాస్తవాన్ని బట్టి, కలియుగం ముగిసిందని మనం అర్థం చేసుకోవాలి. ఇప్పుడు మానవ సమాజము సంగమ యుగంలో జీవిస్తోంది. మానవ సమాజం త్వరలో ధర్మ సంస్థాపన చూడగలరు.

"అథసు జుగసంధ్యాంసే దస్యు ప్రయాసేషు రాజసు.
జనితా విష్ణు యశో నమన కల్కి జగతపతి".

వివరణ: కలియుగం సాయంత్రం కాగానే, కల్కి భగవానుడు విష్ణువును కీర్తిస్తున్న వైష్ణవ బ్రాహ్మణుని కుమారుడిగా జన్మిస్తాడు.

శంబల గ్రామ ముఖ్యస్య బ్రాహ్మణస్య మహోత్మనః
భవనే విష్ణుయశసః కల్కీ ప్రాదుర్భవిస్యతి 12-2-18

శంబల గ్రామమున విష్ణు యశుడు అను బ్రాహ్మణుడు ఉండును. అతను మిక్కిలి ఉదారుడు. భగవద్భక్తి తత్పరుడు అతని యింట కల్కి భగవానుడు అవతరింపగలడు.

8వ అధ్యాయము
మ్లేచులు అని ఎవరిని పిలుస్తారు

సత్యయుగంలో విష్ణువు అవతరించి ప్రపంచములో సత్యము, శాంతి, దయ, క్షమ మరియు స్నేహాన్ని స్థాపించాడు. ఆ సమయంలో మానవులందరూ వేదపండితులు మరియు అందరు వైదిక సాంప్రదాయం ప్రకారం జీవించేవారు. ఆ సమయంలో జ్ఞానదృష్టితో ఋషులు, మునులు జ్ఞానపరంగా అహంకారం, గర్వము అభిమానము కలిగి ఉండేవారు. ఆ పాపం వలన సత్యయుగానికి అంతం వచ్చింది. శ్రీరాముడు త్రేతాయుగములో అవతరించాడు. త్రేతాయుగంలో ప్రజలు యజ్ఞము మొదలగు పుణ్య కార్యముల ద్వారా భగవాన్ శ్రీరాముని ద్వారా ప్రయోజనం పొందారు. త్రేతాయుగము చివరిలో వారు రావణుడు మొదలగు పాపాత్ములను నాశనము చేసేశారు. చివరిలో **ఖండప్రళయము** వచ్చింది.

మళ్లీ మానవులు త్రేతాయుగం నుండి ద్వాపర యుగానికి రావడము గోలోకధామ భక్తులు ద్వాపరయుగంలో జన్మ తీసుకోవడము జరిగింది. వారు భగవాన్ శ్రీ కృష్ణుని శరీరంలో ప్రవేశించి గోలోక వైకుంఠ ధామానికి చేరుకున్నారు.

కలి తన కార్యప్రభావము వలన వ్యాపించినది. దీనిగురించి భాగవతములో ఈ క్రింది శ్లోకము గ్రహించండి.

"యదా దేవర్షయః సప్తమాఘసు విచరతి హి
తదా ప్రవృత్తస్తు కలి ర్ద్వాదశాబ్దశతాత్మకః

మహోత్ములైన సప్తర్షులు మఘా నక్షత్రము నందు సంచరించు సమయమున కలియుగము ప్రారంభమగును కలియుగము యొక్క

ప్రమాణము దేవతల కాలమానము అనుసరించి పన్నెండు వందల (1200) సంవత్సరాలు అనగా మానవుల కాలమానము ప్రకారము 4,32,00 సంవత్సరాలు.

అప్పుడు మఖ నక్షత్రములో సప్తర్షుల చారము జరిగినది (అది శ్రీకృష్ణ పరమాత్మ శరీరము విడిచిన సమయము). తరువాత మహారాజు పరీక్షిత్తు దేహము త్యాగము చేశారు. దాని తర్వాత సంపూర్ణ కలియుగము ప్రారంభమైనది. ప్రపంచమంతట కలి తన ప్రభావమును వ్యాపింప జేసినది ఈ యుగములో మానవులు వ్యభిచారము సోమరి తనము క్రోధము అహంకారము వ్యభిచారము సోమరి తనము వంటి దుర్గుణాలకు లోనౌతారు.

శాస్త్ర పురాణ, వేద జ్ఞానమునకు వ్యతిరేక కార్యాలు చేస్తారు. వేద విరోధ కార్యాలు చేస్తారు. ధర్మాన్ని తప్పుగా అర్థము చేసుకుంటారు. పశు హత్య పాపములు చేస్తారు. మారకద్రవ్య మత్తుపసుహత్య పాపములు చేస్తారు. మారకద్రవ్య మత్తు పదార్థాలు సేవిస్తారు. దైవారాధన విరోధులతలౌతారు వీరిని కలియుగములో మ్లేచ్చులు అంటారు.

"మ్లేచ్ఛ నివాహనిధనే కలయసి కరవాలమ్
ధూమ కేతుమివ కిమపి కరాలమ్
కేశవ ధృత కల్కి శరీర
జయ జగదీశ హరే"

ఈ దుష్ట పాపులను మరియు మ్లేచ్చులను నాశనం చేయడానికి కల్కి భగవానుడు అవతరించితోక చుక్కలా ఉగ్రరూపం ధరిస్తాడు.

9వ అధ్యాయం
నాలుగు యుగాలు మరియు
కలియుగంలో ధర్మ సంస్థాపన గురించి వివరణ

శాస్త్రాలలో సత్య, త్రేతా, ద్వాపర మరియు కలి యుగము నాలుగు యుగాల వివరణ.

భగవంతుడైన మహావిష్ణువు నాలుగు యుగాలలో 24 అవతారాలు ఎత్తడం జరిగింది. వారి అవతారాల గురించి ఈ క్రింద యివ్వడం జరిగింది.

1. కుమార్ అవతారము (1.సనక 2. సనందన, 3.సనాతన 4.సనత్కుమార

2. యోగేశ్వర 3. యజ్ఞవరాహ 4.నారద అవతారము 5. వరనారాయణ అవతారము 6. కపిల అవతారము 7. దత్తాత్రేయ అవతారము 8. యజ్ఞరూప అవతారము 9. వృషభ అవతారము 10. పృథుచక్రవర్తి అవతారము 11. హంసావతారము 12. మత్స్యావతారము 13. చక్రధర అవతారము 14. కూర్మ అవతారము 15. ధన్వంతరి అవతారము 16. మోహిని 17.నరసింహ 18. వామన 19. పరశు రామ 20. వేదవ్యాస 21.శ్రీరామ 22.బలరామ 23. బుద్ధ 24. కల్కి

ఈ 24 అవతారాలలో ధర్మ సంస్థాపన కొరకు భగవంతుడు 10 అవతారాలు ధరించాడు.

1. మత్స్యావతారము : చాక్షుషమన్వంతర అంతమున ముల్లోకములును సముద్రమున మునిగిపోవుచుండెను. అప్పుడు శ్రీ మహావిష్ణువు మత్స్యావతారము అవతరించెను. రాబోవు మన్వంతరాధి పతియైన వైవస్వతమనువును పృథ్వీరూప నావపై కూర్చుండజేసి అతనిని

కాపాడెను. మరియు ప్రళయ పయోదిలో మత్స్యావతారుడై వేదములను రక్షించడము జరిగినది.

2. కూర్మావతారము : దేవతలు దైత్యులు అమృతము కొరకు క్షీరసాగరమును మధించుచుండగా శ్రీహరి కూర్మావతారమున తన వీపుపై మందరాచలమును వహించెను. వారి దయతో అమృతము దేవతలకు ప్రసాదింపబడినది.

3. వరాహ అవతారము: లోక కళ్యాణార్థమై సమస్త యజ్ఞములకును స్వామియైన ఆ పరమేశ్వరుడు రసాతలమున మునిగియున్న పృథ్వీని ఉద్ధరించుటకై యజ్ఞ వరాహ రూపము గ్రహించెను. మహాసాగరములో మునిగిన పృథివిని కోరలతో పైకిఎత్తి పృథివిని రక్షించెను.

4. నరసింహ అవతారము : శ్రీ మహావిష్ణువు నరసింహునిగా అవతరించెను. తన భక్తుడైన ప్రహ్లాదుని ప్రార్థనపై అవతరించి మిగుల బలశాలియగు రాక్షస రాజైన హిరణ్యకశిపుని వక్షస్థలము తన నఖములతో అవలీలగా చీల్చివైచి భక్తుని రక్షించెను.

5. వామనావతారము : వామనావతారమున బలిచక్రవర్తి యొక్క యజ్ఞశాలను ప్రవేశించి మూడడుగుల నేలను దానముగా అడిగెను. ఆ నెపముతో ఆ ప్రభువు ముల్లోకములను ఆక్రమించి స్వర్గరాజ్యమును మఊల దేవతల వశము గావించెను. బలి చక్రవర్తియు ఆత్మ నివేదన ద్వారా అతనిని గౌరవించెను. ఆ విధముగా బలి చక్రవర్తి ఆ పరమ పురుషుని అనుగ్రహముతో "పుణ్యశ్లోకో బలీరాజా" అని ప్రసిద్ధి వహించెను. భగవంతుని పాద నఖముల నుండి పుట్టిన గంగ పావనమైనది.

6. పరశురామ అవతారము : రాజులు దురహంకారముతో బ్రాహ్మణ వంశములకు ద్రోహము చేయసాగిరి. అప్పుడు శ్రీ మహావిష్ణువు పరశు రామ రూపము దాల్చి క్రోధముతో 21 మారులు రాజులపై దండెత్తి భూ

మండలమైన క్షత్రియుల వినాశము చేసెను. ప్రపంచ దుఃఖమును దూరము చేసెను.

7. రామావతారము : భగవాన్ విష్ణువు దశరథుని కుమారునిగా యుద్ధములో ఇంద్రాది దేవతలకు సంతోషము కలుగునట్లు లోక కంటకుడైన రావణుని వధించెను. అనేక రాక్షసులను వధించి ధర్మ సంస్థాపన చేసి మర్యాద పురుషోత్తముడని పేరుగాంచెను.

8: బలరామ అవతారము : ఈ అవతారములో బలరామ ప్రభువుల గౌరవర్ణ రూపముతో నూతన నీలిరంగు వస్త్రాలను ధరించెను. బలరామ ప్రభువుల నాగలిని చూసి యమునానది భయపడి అతని వస్త్రములో దాగినదా అనిపించినది (అనగా అతని శరణుజొచ్చినది)

(గౌర వర్ణము – ఎరుపు, పసుపచ్చ, తెలుపు)

9.బుద్ధ అవతారము: కలియుగము ప్రారంభమైన పిదప భగవానుడు దైత్యులను సమ్మోహ పరచుటకై కీకట భూములందు మధ్యగయా అను ప్రదేశము నందు (మగధ – బీహార్) ఆంజన అను ఆమెకు పుత్రుడుగా జన్మించి ప్రేమ, దయ ఉదారత భావముతో యజ్ఞ విధానము ద్వారా పశువుల హింస చూసి యజ్ఞవిధానమును తప్పుగా వచించి శాంతి,కరుణ ఉదారతలను ప్రపంచములో ప్రచారము గావించెను.

10. కల్కి అవతారము: ఈ అవతారములో శ్రీహరి కల్కి రూపము ధరించి మ్లేచ్చుల వినాశనము చేసి తోకచుక్కలాగ భయంకర రూపు ధరించి కలియుగ అంతానికి సాక్షులు అవుతారు.

నాలుగు యుగాల చివర భవిష్య మాలిక అనుసారము భూమిపై భగవానుడు భక్తుల సంగమ యుగము అనంత యుగముin ఐక్యత కల్పించి భవిష్య మాలిక అనుసారము నాలుగు యుగాల భక్తుల మనో వ్యాకులతను దూరము చేయుదురు. వారు 1009 సంవత్సరముల వరకు సుఖ శాంతులు కల్పించి పాలించగలరు.

అధ్యాయం-10

శ్రీ జగన్నాథ క్షేత్రం నుండి కలియుగం పూర్తి కావడానికి సంబంధించిన సంకేతాలు

మహాత్ములైన పంచసఖులు నిరాకార భగవంతుని సూచనతో భవిష్య మాలికను రచించారు. భవిష్యమాలిక ప్రధానంగా కలియుగ అంతానికి సంబంధించిన సామాజిక, భౌతిక మరియు భౌగోళిక మార్పుల గురించి వివరిస్తుంది. శాస్త్రాలలో వివరించిన దాని ప్రకారం శ్రీ జగన్నాథుని యొక్క ముఖ్య క్షేత్రం ఆది వైకుంఠం (మర్త్య వైకుంఠం) గా వర్ణించబడింది. పంచసఖులు చెప్పిన ప్రకారం ఐదు వేల సంవత్సరాలు కలియుగం గడచిన తరువాత, భక్తుల మనస్సులలోని సందేహాలను నివృత్తి చేయడానికి భగవంతుని సంకల్పం ప్రకారం, శ్రీ జగన్నాథుని నీలాచల క్షేత్రంనుండి వివిధ సంకేతాలు అందుతాయని వాటి వలన భక్తులకు కలియుగ అంతం మరియు కల్కి భగవానుని అవతరణ గురించి తెలియునని చెప్పారు. క్రింద ఇవ్వబడిన గీతం నుండి ఈ వాస్తవాలన్నింటినీ మనం అర్థం చేసుకోవచ్చు-

"దివ్య సింగ్ అంకే బాబూసరబ్ దేఖిబు,
ఛడీ చకా గలు బోలీ నిశ్చయ జాణిబు
నర్ బాలుత్ రూపారే అంబే జనమిబూ"

(గుప్తజ్ఞానం- అచ్యుతానంద దాస్)

మహాత్మ అచ్యుతానందజీ మహాప్రభు శ్రీ జగన్నాథుని మొదటి సేవకుడు మరియు సనాతన ధర్మానికి చెందిన ఠాకూర్ రాజా (నాల్గవ

దివ్య సింహ దేవ్) గురించి పై పద్యంలో వివరించారు. జగన్నాథుని క్షేత్రంలో రాజా ఇంద్రద్యుమ్న సంప్రదాయం ప్రకారం జగన్నాథ క్షేత్రాన్ని వేర్వేరు రాజులు వేర్వేరు సమయాల్లో నిర్వహించారని కూడా ఆ మహానుభావుడు పేర్కొన్నాడు. నాల్గవ దివ్య సింగ్ దేవ్ బాధ్యతలు స్వీకరించినప్పటికి, 5000 సంవత్సరాలు గడిచిపోతాయని చెప్పారు. దీని ద్వారా, మహాపురుష అచ్యుతానంద గారు రెండు విషయాలను నిరూపించారు. ఒక వైపు నాల్గవ దివ్యసింగ్ దేవ్ రాజుగా బాధ్యతలు తీసుకుంటారు అని, మరోవైపు, కలియుగం అప్పటికే 5,000 సంవత్సరాలు గడిచిపోతుంది అని. (ప్రస్తుతం కలియుగం 5125వ సంవత్సరం జరుగుతోంది.)

మహాపురుష అచ్యుతానంద గారు మాలికలో వ్రాసిన విధంగా ఎప్పుడయితే నాల్గవ దివ్యసింగ్ దేవ్ అధికారంలో ఉండునో (ఈ రోజు) అది కలియుగం అంతానికి సూచన అగును. ఎప్పుడైతే శ్రీ క్షేత్రంలో నాల్గవ దివ్యసింగ్ దేవ్ పరిపాలిస్తాడో, అప్పుడు జగన్నాథుడు కల్కి రూపాన్ని ధరించి మానవ శరీరంతో జన్మించి ధర్మాన్ని స్థాపించే పని చేస్తారని పై పంక్తులలో వివరించారు.

నాల్గవ దివ్యసింగ్ దేవ్ కాలంలో కలియుగం పూర్తవుతుందని, భగవాన్ జగన్నాథుడు కల్కి రూపంలో బాలుడిగా పుట్టనని మహాపురుష అచ్యుతానంద గారు స్పష్టంగా చెప్పారు.

మహాపురుష అచ్యుతానంద గారు తమ 'అష్ట గుజ్జరి' గ్రంథంలో ఇలా వివరించారు–

"పూర్వ భాను అబ పశ్చిమ జిబ
అచ్యుత్ బచన్ ఆన నోహిబ.
పర్వత శిఖరే ఘూటిబ
అచ్యుత్ బచన్ మిథ్యా నుహఇ.

రు ల సూన్యకు ము కరిణ ఆస
ఇకే భణిలే (శ్రీఅచ్యుత్ దాస్"

దీని అర్థం ఏమిటంటే, అచ్యుతానంద గారు మాలిక యొక్క స్వచ్ఛత మరియు సత్యాన్ని ప్రకటించి, భక్తుల హృదయాలలో భక్తి మరియు విశ్వాసాన్ని కలుగజేయుటకు ఇలా చెప్పెను. పశ్చిమాన సూర్యుడు ఉదయించవచ్చు మరియు పర్వత శిఖరంపై కమలం వికసించవచ్చు కానీ మాలిక ఎప్పుడూ అసత్యము కాదు.

"దివ్య కేశరీ రాజా హొయిబ
తేబే కలియుగ సరిబ
చతుర్దదిబ్య సింగ్ థిబ్
సే కాలే కలియుగ థిబ"

అంటే మహాపురుష అచ్యుతానంద గారు శ్రీ క్షేత్రంలో నాల్గవ దివ్యసింగ్ దేవ్ రాజుగా ఉన్నప్పుడు కలియుగం ముగియక ముందే సత్యయుగం ప్రారంభమవుతుందని, కానీ సత్యయుగ ప్రభావం ఉండదని పైన చెప్పిన పంక్తులలో వ్రాశారు. మాతా రాధారాణి నవ్వుల నుండి అవతరించిన మరో పంచసఖ మహాత్మ జగన్నాథ దాస్ గారు కూడా వజ్ర కంఠంతో ప్రకటించారు–

"పురుషోత్తమ దేబ్ రాజాన్కు తారు,
ఉన్‌బీన్స్ రాజా హెబే సేతారు,
ఉన్‌బీన్స్ రాజా పరే రాజా నాంహి ఆఉ,
అకుళీ హొఇబే కులకు బోహు."

పై పంక్తులలో మహాపురుష శ్రీ జగన్నాథ దాస్ గారు ఈ జగన్నాథ క్షేత్రానికి మొదటి రాజు శ్రీ పురుషోత్తమ దేవ్ అని రాశారు. శ్రీ పురుషోత్తమ దేవ్‌తో సహా 19 మంది రాజులు ఆలయ పాలన బాధ్యతలు నిర్వర్తించెదరు.

ప్రస్తుతం, మాలిక చెప్పిన విధంగా దివ్యసింగ్ దేవ్ 19వ రాజుగా తమ బాధ్యతలను నిర్వర్తిస్తున్నారు. అలాగే మహాపురుష జగన్నాథ్ దాస్ గారు 19వ రాజు శ్రీ దివ్యసింగ్ దేవ్‌కు పుత్ర సంతానం ఉండదని వ్రాశారు. ఈ రోజు స్వామివారి భక్తులు మాలికవాణీని విశ్వసిస్తూ సాక్ష్యం కూడా పొందుతున్నారు. మహాపురుషులయిన పంచసఖులు వ్రాసిన 600 సంవత్సరాల తరువాత వారి మాటలు వాస్తవమయ్యాయి. అందువలన కలియుగం ముగిసి పోయిందని, ధర్మసంస్థాపన కార్యం జరుగుతోందని అర్థం చేసుకోవాలి.

"చులరు పఠర జెబే ఖసిబ్ సూత్, ఖసిలే అంలా బేడారు హెబ ఎకలిహత."

మహాపురుష అచ్యుతానంద దాస్ గారు శ్రీ జగన్నాథ ధామ్ యొక్క ప్రధాన ఆలయం నుండి శిల క్రింద పడినప్పుడు కలియుగం అంతమైందని భక్తులకు తెలుయునని చెప్పారు. మహాపురుషుని ఈ మాటలు కూడా నిజమైనవి. 16.06.1990 తారీఖున శ్రీ మందిరంలోని ఆమల బేఢ నుండి ఒక రాయి క్రింద పడింది మరియు దానిని పరిశోధించడానికి కేంద్ర బడ్జెట్ విభాగం ఒక కమిటీని ఏర్పాటు చేసింది, అయితే ఇంత భారీ రాయి ఎక్కడి నుండి (1 టన్ను కంటే ఎక్కువ బరువు ఉంటుంది) వచ్చిందో మరియు ఎలా పడిపోయిందో శాస్త్రవేత్తలకు ఇప్పటివరకు తెలియదు. ఇది శాస్త్రవేత్తలకు కూడా ఆశ్చర్యకరమైన విషయం. అందరు మహాత్ములు మరియు ఋషుల మాటలు నిజమని నిరూపించబడ్డాయి మరియు భక్తులను హెచ్చరించడానికి ఆమల బేఢ నుండి రాయి క్రిందపడటం ద్వారా కలియుగం అంతానికి సంభందించిన ప్రమాణం ఇప్పటికే ఇవ్వబడింది.

మహాపురుష అచ్యుతానంద దాస్ గారు తమ భవిష్య మాలిక గ్రంథం 'గరుడ సంవాద్'లో వ్రాసిన విధంగా ఒకరోజు భగవంతుని ప్రధాన భక్తుడైన వినీతానందనుడైన గరుడుడు మహాప్రభువుని ఇలా అడిగాడు "ప్రభూ, మీరు నాలుగు యుగాలలో అవతరించారు మరియు కలియుగం చివరలో మీరు కల్కి అవతారం దాల్చినపుడు నాలుగు యుగాల భక్తులు, తమను (భగవంతుడు) కొలుస్తారు కదా. మరి అప్పుడు తమరు (భగవంతుడు) నీలాచలాన్ని విడిచిపెట్టి దారు బ్రహ్మ నుండి సాకార బ్రహ్మగా మారినప్పుడు భక్తులకు వైకుంఠం నుండి ఏ ఏ సంకేతాలు కనిపించును మరియు అవి చూసిన మీ భక్తులు కల్కి అవతారానికి సమయం ఆసన్నమైందని తెలుసుకొని మాలికను అనుసరించి, మీ అనుగ్రహాన్ని పొందెదరు?"

మహాపురుష అచ్యుతానంద దాస్ గారు తమ భవిష్య మాలిక గ్రంథంలో ఇలా రాశారు–

"బడ దేఉల్ కు ఆపణే జెబే తేజ్యా కరిబే,
కి కి సంకేత దేఖిలే మనే ప్రత్యే హొఇబే."

భగవంతుడు నీలాచలం నుండి వదలి వెళ్ళినప్పుడు భక్తులకు ఒక సంకేతం అందును దానిని చూసిన తర్వాతనే భక్తులకు విశ్వాసం కుదురుతుందని పై పంక్తుల అర్థం.

అప్పుడు భగవానులు ఇలా అన్నారు.

"గరుడ ముఖకు చాహిణకహుచంతి అచ్యుత్,
క్షేత్ర రే రహిబే అనంత బిమలా లోక్‌నాథ."

ఈ పంక్తులలో భగవానులు గరుడునితో ఇలా చెప్పారు "నేను నీలాచలం నుండి వదలి వెళ్ళినప్పుడు మా పెద్ద అన్నయ్య బలరాముడు నీలాచల ప్రాంతానికి బాధ్యత వహించును మరియు నీలాచల ప్రాంతానికి

క్షేత్రాధీశ్వరుడు అవుతారు. ఆ సమయంలో శక్తిస్వరూపిణి విమలామాత మరియు లోకనాథ మహాప్రభు ఆ క్షేత్రంలో ఉందురు, కానీ నేను మానవ రూపంలో జన్మించెదను ."

అప్పుడు గరుడుడు మరలా ఇలా అడిగాడు. భక్తులు మాలికను చదివి, మీరు నీలాచలాన్ని విడిచి పెట్టారని అర్థం చేసుకోవడానికి మొదటి సంకేతం ఏమిటి?

మరలా మహోపురుష అచ్యుతానంద దాస్ గారు ఇలా వర్ణించాడు.

"దేఉల్ రు చున్ ఛాడిబ్, చక్ర బక్ర హెూయిబ,
మాహౌలి ఆ హెూయి భారత అంక కటాడ థిబ."

అంటే శ్రీ జగన్నాథుని ప్రధాన ఆలయంలోని సున్నపు పూత కొంత బయటకు రాగానే (అంటే సున్నం రాలడం మొదలవుతుంది), అప్పుడు శ్రీ జగన్నాథ దేవాలయం పైభాగంలో ఉన్న నీలచక్రం కాస్త వంకరగా మారుతుంది మరియు ఆ సమయంలో భారతదేశ ఆర్థిక పరిస్థితి సరిగా ఉండదు.

జగన్నాథ దేవాలయం నుండి సున్నపు పూత రాలిపోయినప్పుడు, ఆనాటి ప్రధానమంత్రి చంద్రశేఖర్ 3000 టన్నుల బంగారాన్ని తాకట్టు పెట్టి భారతదేశంలోని డబ్బు కొరతను తీర్చెను మరియు కొత్త (హెడ్జ్) ఆర్థిక వ్యవస్థను అమలు చేయడం ద్వారా భారతదేశం తన ఆర్థిక స్థితిని మెరుగుపరచుకొనెను. 600 సంవత్సరాల క్రితం మహోపురుష అచ్యుతానంద గారు చెప్పిన విషయాలు రుజువయ్యాయని పైన చెప్పిన మాలిక పంక్తుల ద్వారా తెలుస్తుంది.

మహాప్రభు శ్రీ కృష్ణుల వారు రెండవ సంకేతం గురించి చెప్పారు–

"బడ దేఉల్ రు పథర జెబే ఖసిబ్ పుణ,
గృధ్ర పక్షి జే బసిబ అరుణరస్తంభేణ."

పై పంక్తుల అర్థం ఏమిటంటే, ఆమలా బేథా నుండి రాయి ఎప్పుడయితే పడుతుందో, అప్పుడు అరుణ (సూర్యపుత్రుడు అరుణుడు) స్తంభంపైన, డేగ పక్షి లేదా రాబందు కూర్చొనును. ఇది నిజమని రుజువైనది మరియు ఏ సమయంలో ఆమలా బేథా నుండి రాయి పడిపోయిందో, ఆ సమయంలో రాబందు పక్షి కూడా అరుణ స్తంభంపై కూర్చుంది.

మన శాస్త్ర సాంప్రదాయం ప్రకారం, రాబందు పక్షి ఇంటిపై కూర్చుంటే, అది ఆ ఇంట్లో నివసించే వారికి రాబోయే ఇబ్బందులకు సంకేతం. అదేవిధంగా, శ్రీ జగన్నాథ ఆలయంలోని అరుణ స్తంభంపై రాబందు పక్షి కూర్చోవటం అనేది మొత్తం ప్రపంచంలోని మానవులకు రాబోవు పెద్ద ఆపదకు సంకేతం. ఇది కలియుగ అంతము మరియు ధర్మ స్థాపనకు మొదటి సంకేతం అని పరిగణించబడుతున్నది. మరలా మహాపురుష అచ్యుతానంద గారు చెప్పిన విధంగా భక్త శిరోమణి గరుడుడు భగవానుల వారిని ఇలా అడిగెను-

"ఏహి సంకేత కు జానిథా హేతు మతికీ నే ఈ,
తోర్ మోర్ భేట హెూఇబ మధ్య స్థల రే జాఈ."

దీని అర్థం ఏమిటంటే, "ప్రభూ, తమరు కల్కి రూపంలో అవతరించినప్పుడు, నేను తమరిని ఎక్కడ కలుసుకోగలను, ఎలా నేను తమరి దర్శనం పొందగలను, ఎలా నేను తమరికి సేవ చేసుకోగలను?" అని గరుడులవారు అడిగెను.

మహాప్రభుల వారు ఇలా చెప్పెను- "ఓ గరుడా, భూమికి సూర్య స్తంభంగా పరిగణించబడి మరియు భూమికి కేంద్రంగా పిలువబడే బ్రహ్మ యొక్క మంగళకరమైన స్తంభం ఉన్న చోట నేను నిన్ను కలుస్తాను."

మహాపురుష అచ్యుతానంద గారు కలియుగం ముగింపు, కల్కి భగవానుడి జననం మరియు శ్రీమందిరంలో కనిపించే ఇతర సంకేతాల గురించి "హరిఅర్జున చౌతీసా"లో ఇలా ప్రస్తావించారు.

"నీలాచల్ ఛాడి అంభే జిబు జెతెబేలే

లాగిబ రత్న చందువా అగ్ని సేతే బేలే

నిశాకాలే మందిరరు చోరీ హెబ హెలె,

బడ దేఉలు మొహార్ ఖాసిబ్ పత్థర,

బసిబ జె గృద్ర పక్షీ అరుణ్ స్తంభర.

బతాస రే బ(క హెబ నీలచ(క మోర్."

పై పంక్తులలో, మహాపురుష అచ్యుతానంద గారు స్పష్టంగా చెప్పిన విధంగా భగవానులవారు ఇలా చెప్పెను "నేను నీలాచల రత్నాల విడిచి పెట్టినప్పుడు, నా రత్న సింహాసనం పైన ఉన్న రత్నాల పందిరి (గొడుగు) అగ్నికి ఆహుతిఅవుతుంది, నా (శ్రీమందిర (పాంగణం అర్ధరా(తి చోరీకి గురవుతుంది మరియు దిగ్గజాల నుండి రాళ్ళు (కింద పడతాయి. తుఫాను కారణంగా నీలచ(కం వంకరగా మారుతుంది. రాబందు పక్షి నా అరుణ స్తంభంపై కూర్చుంటుంది." ఈ విషయాలన్నీ (శ్రీ జగన్నాథ క్షే(తంలోని (శ్రీమందిర్‌లో జరిగాయి మరియు మాలికలో చెప్పిన విషయాలు పూర్తిగా నిజమయ్యాయి. వీటివలన కలియుగ అంతానికి సంబంధించిన సంకేతాలు లభించినవి.

ఆ తర్వాత 'కలియుగ గీత' రెండవ అధ్యాయంలో, మహాపురుష అచ్యుతానంద గారు (శ్రీ జగన్నాథుని క్షే(తం నుండి లభించే విశేష సంకేతాల గురించి ఇలా చెప్పారు.

"ముంహి నీలాచల చాడ‌ి జిబపెూా అర్జున,

మోహర భండార ఘరే ఫిబ జితే ధన్.

తాంహిరే కలంకీ లాగే జిబ్ క్షయ హెూఇ,

మోహర్ సేవక్ మానే బాటరే న ఫాఈ".

పై పంక్తులలో, అర్జునుడు శ్రీకృష్ణుల వారిని ఇలా అడిగాడు, "తమరు నీలాచలం నుండి బయలుదేరినప్పుడు, శ్రీక్షేత్రం నుండి ఎలాంటి సంకేతాలు కనిపిస్తాయి, దయచేసి వాటి గురించి నాకు చెప్పండి." అప్పుడు శ్రీకృష్ణులవారు ఇలా జవాబిచ్చెను "అర్జునా, నేను నీలాచలం విడిచిపెట్టినప్పుడు, నా ఆలయ ప్రాంగణంలోని భాండాగారం ఇకపై ప్రసిద్ధి చెందదు, అంటే ఖజానాలోని ధన సంపద నశిస్తుంది మరియు ఖజానాకు బాధ్యత వహించే ముఖ్య సేవకుడు ధర్మంతో ప్రవర్తించడు."

అచ్యుతానంద గారు 'కలియుగ గీత' రెండవ అధ్యాయంలో వివరించినట్లు–

"బహుత్ అన్యాయ కరి అరజిబి ధన్,
తంహిరే తాహాంక దుఃఖ్ నోహిబ మోచన.
ఖాఇబాకు నమిలిబ కిఛి న అన్నిబ,
మోహార్ బడ పణ్డాన్కు అన్న న మిలిబ.
మొహార బడదేఉలు ఖసిబ పత్థర,
శ్రీక్షేత్ర రాజన మోర్ నసేబి పయర
రాజ్య జిబ్ నానా దుఃఖ్ పాఇబ టి సేఇ,
తాంకు మాన్య న కరిబ్ అన్య రాజా కేహి."

ఈ పంక్తుల అర్థం–

"నేను నీలాచలం విడిచిపెట్టినప్పుడు, కలియుగం ముగుస్తుంది. నేను శ్రీక్షేత్రాన్ని విడిచిపెట్టిన వెంటనే, నా క్షేత్ర ప్రాంతంలో చాలా అన్యాయం జరుగుతుంది. నా ఆధీనంలోని పార్షదులు రకరకాల అన్యాయాలు చేసి ధనం సంపాదించెదరు మరియు రాబోవు సమయంలో నా ప్రధాన సేవకుడు తన పోషణను కూడా సరిగ్గా చేసుకొనలేడు". ఇలాంటి ఎన్నో మార్పులు శ్రీ మందిరంలో జరగనున్నాయి.

మహాపురుష అచ్యుతానంద దాస్ గారు మాలికలోని జగన్నాథ క్షేత్రం నుండి వచ్చే మరొక సంకేతాన్ని గురించి ఇలా ప్రస్తావించారు–

"పెజనలా పుటీ తోర పడిబ బిజూళీ,

సేజుగే జిబ కకీ ప్రభు నిలాంచల్ ఛాడి."

ఈ పంక్తుల అర్థం–

జగన్నాథుని వంటగదిలో పిడుగు పడినప్పుడు, కలియుగం ముగిసి, శ్రీ జగన్నాథుడు నీలాచలం విడిచిపెట్టి మానవ రూపాన్ని ధరిస్తాడు. కొన్ని రోజుల క్రితం శ్రీ జగన్నాథుని వంట గదిలో పిడుగు పడటం జరిగింది. దీన్ని బట్టి శ్రీ జగన్నాథ ప్రభువు నీలాచల్ను విడిచిపెట్టి మానవ శరీరాన్ని ధరించినట్లు భావించవచ్చు.

మహాపురుష అచ్యుతానంద దాస్ గారు తమ 'చౌషఠి పటల్' గ్రంథంలో జగన్నాథ క్షేత్రం నుండి వచ్చే మరొక సంకేతాన్ని గురించి వివరించారు. వారు శ్రీ కల్పవట్ మహిమ, శ్రీ కల్పవట్ క్షయం, కలియుగ అంతము మరియు శ్రీ జగన్నాథులవారు నీలాచల్ను విడిచిపెట్టి మానవ శరీరాన్ని ధరించడానికి సంబంధించి ప్రమాణం ఇస్తూ, ఇలా చెప్పెను–

"సే బట్ మూలరే అర్జున జెహు బసిబ దండే,

మృత్యు సమయే న పడిబ యమ రాజర దండే.

సే బట్ మోహర్ బిగ్రహ జంహు హేలే ఆఘాత,

మోతే బడ బాధా లాగఈ సుముఖ్ బాసూత.

సే బట్, రు ఖండే బకల్ జెహు దేబ్ ఛడాఈ,

మోహర్ చర్మ ఛడా ఇలా పరి జ్ఞాంత హూలఇ".

ఈ పంక్తుల అర్థం–

శ్రీ మందిరం లోపల కల్పవట్ భగవంతుని విగ్రహనితో సమానమైనది. కల్పవట్ ను భగవంతుని శరీరంతో పోల్చారు. కల్పవట్ నుండి చిన్నముక్క విరిగిపోయినా, భగవంతుని శరీరానికి చాలా బాధ కలుగుతుంది. నేడు కల్పవృక్షము శాఖలు మళ్లీ మళ్లీ విరిగి పోతున్నాయి. మహాపురుషుల వారు చెప్పిన ప్రకారం కల్పవృక్ష కొమ్మ విరిగితే, భగవంతుడు నీలాచలం వదిలి మానవ శరీరాన్ని తీసుకున్నాడని అర్థం.

మహాపురుష అచ్యుతానంద దాస్ గారు ఈ విషయంపై ఇలా వ్రాశారు–

"కల్పబట్ ఘాత హెబ జెతెబెలే
నీలాచల్ ఛాడి ఛిబే మదన గోపాలే.
కల్పబట్ శాఖా ఛిడి పడిబసే కాలే,
నానా అకర్మ మాన్ హేబ్ క్షేత్రబరే.
రుద్ర తారు ఉనవింశ పర్యంత సేఠారే,
స్థాపనా హెూ ఇబే మోర్ సేవాదీ భాబరే.
బడ దేఉలరే ముంహీ నరహిబీబీర్,
బాహోర హెూయిబ దేఖి నర అత్యాచార."

పై పంక్తులలో మహాపురుష్ అచ్యుతానందజీ ఇలా పేర్కొన్నారు" కల్పవట్ శాఖ విరిగిపోతే నా క్షేత్రంలో చాలా అన్యాయం, అవినీతి, క్రమశిక్షణా రాహిత్యం, అరాచకాలు విస్తరిస్తాయి. ఈ సమయంలో శ్రీ జగన్నాథ భగవానులు మానవుల దురాగతాలను చూసి శ్రీమందిరాన్ని విడిచిపెట్టి, మానవ శరీరాన్ని ధరిస్తారు. కల్కి ప్రభువు వయస్సు నుండి 11 నుండి 19 సంవత్సరాల మధ్య ఉన్నప్పుడు శ్రీమందిర సంరక్షణ

కోసం ప్రభుత్వం కొత్త సేవకులను నియమిస్తుంది. మాలికలో చెప్పిన విషయాలు ఈరోజు నిజమయ్యాయి.

మహాపురుష అచ్యుతానంద దాస్ గారు మళ్ళీ ఇలా వర్ణించాడు–

"బడ దేఊలు మొహార పత్థర ఖసిబ,

గృధ్ర పక్షీ నీల చక్ర ఉపరే బసిబ.

దినే దినే చలురే ము న హొఇబి దృశ్య,

భోగ్ సబు పొతా హెబ జాన పాండు శిష్య.

సముద్ర జు ఆరమాడి ఆసీబ్ నికటే,

రక్షా నకరిబే కేహి ప్రాణీంకు సంకటే."

రాబందు నీలచక్రంపై కూర్చున్నప్పుడు, శ్రీ జగన్నాథుని ఆలయం నుండి రాళ్ళు పదేపదే క్రింద పడతాయని మహాపురుష అచ్యుతానంద దాస్ గారు వివరించారు. ఆ సమయంలో మహాప్రభు జగన్నాథల వారు మహాప్రసాద నైవేద్యం అర్పించేటప్పుడు దర్శనం ఇవ్వరు. చాలాసార్లు మహా ప్రసాదాన్ని మట్టిలో పాతిపెట్టడం జరుగును. శ్రీ జగన్నాథ ప్రభువులకు ఆలయ సాంప్రదాయం ప్రకారం మహాప్రసాదాన్ని సమర్పించినప్పుడు, మహాప్రసాదాన్ని అందించే ప్రధాన అర్చకుడికి శ్రీ జగన్నాథుడు దర్శనమిస్తాడనేది వాస్తవం దీని నుండి మనం అంచనా వేయవచ్చు. కానీ మహాపురుష అచ్యుతానంద దాస్ గారి హెచ్చరిక ప్రకారం నీలచక్రం మీద రాబందు పక్షి లేదా డేగ పక్షి ఎప్పుడు కూర్చుంటాయో ఆ సమయంలో భగవంతుని మందిరం నుంచి రాయి క్రింద పడిపోవును భరియు జగన్నాథ మహాప్రభువు మహాప్రసాదం అర్పించే విధిలో దర్శనము ఇవ్వరు. తత్ఫలితంగా మహాప్రభువు యొక్క మహాప్రసాదాన్ని మట్టిలో పాతిపెట్టెదరు. ఈ సమయంలో భూమిపై

సముద్రం చాలా ఎత్తుగా ఉప్పొంగుతుందని మరియు భూమిపై వరదలు వచ్చునని మహాపురుష అచ్యుతానంద దాస్ గారు హెచ్చరించారు. ఈ విషయం ఇప్పుడు భూమిపై స్పష్టంగా కనిపించుచున్నది. ఆ తర్వాత కూడా ఎన్నో పెద్ద సంక్షోభాలు రాబోతున్నాయి. అందుకే కలియుగ ప్రజలలో మానసిక మార్పు రావాలని, పూర్తిగా వైష్ణవ ధర్మం పట్ల పూర్ణ సమర్పణ ఉండాలని, తినకూడని ఆహారంతో పాటు ఇతర చెడు గుణాలను వదులు కోవాలని ఆయన కలియుగ ప్రజలను సహృదయంతో హెచ్చరించాడు.

ఈ సందర్భంలో మహాపురుష అచ్యుతానంద దాస్ గారు మళ్లీ ఇలా వివరించారు–

"శ్రీ ధామరు ఏక బడ పాషాణ ఖసిబ్,
దిబసరే ఉల్లాకతార ఉపరే బసిబ్.
మో ఘబనే ఉల్కాపాత హెబ్ ఘన్ ఘన్,
జేఉసాబు అటే అమంగళచిన్హా."

శ్రీ జగన్నాధుని ప్రధాన ఆలయం నుండి భారీ రాయి క్రింద పడుతుందని, పగటిపూట ఆ రాయిపై గుడ్లగూబ కూర్చుంటుందని మహాపురుష అచ్యుతానంద దాస్ గారు చెప్పారు. ఈ రెండు సంకేతాలు ఇప్పటికే ఆలయంలో జరిగాయి. భవిష్యత్తులో, శ్రీ జగన్నాథ క్షేత్రంలో ఉల్కలు పదేపదే పడిపోతాయని, ఆ మహానుభావుడు రచించిన అనేక గ్రంథాల ద్వారా మనకు తెలుస్తున్నది.

11వ అధ్యాయం
కల్కి అవతారం గురించి వివిధ శాస్త్రాలు పురాణాలు మరియు భవిష్య మాలికలో వర్ణన

భవిష్య మాలిక మరియు శాస్త్రాల ప్రకారం, విష్ణువు యొక్క పదవ అవతారం "కల్కి అవతారం" శంబల గ్రామంలో జన్మిస్తారు. ఈ వాస్తవం ప్రస్తావన శ్రీమద్భాగవతం శ్రీమద్ మహాభారతం, కల్కి పురాణం మరియు పంచసఖుల కృత భవిష్య మాలికలో ఉంది. అనేదే ఇప్పుడు అతిపెద్ద ప్రశ్న.

"శంబల గ్రామం ఎక్కడ ఉంది? శంబల గ్రామంలోనే కల్కి భగవానుడు అవతరిస్తాడని గ్రంథాల ప్రకారం స్పష్టమగుతుంది. నేడు, భారతదేశంలోని వివిధ ప్రాంతాలలో చాలా మంది ప్రజలు తమను తాము కల్కి అని పిలుస్తున్నారు. మరియు వారి జన్మస్థలాన్ని శంబల గ్రామంగా పరిగణిస్తున్నారు. కానీ భారతదేశంలో, వాస్తవానికి శ్రీమద్భగవద్గీతము, శ్రీ మహాభారతంలోని "వన పర్వము" మరియు పంచసఖుల కృత భవిష్య మాలికలో వివరించబడిన రెండు శంబల ప్రదేశాలు మాత్రమే ప్రస్తావించబడ్డాయి.

కల్కి భగవానుడు శంబల గ్రామంలో జన్మించి మ్లేచ్చులను నాశనం చేస్తాడని శ్రీమద్భాగవత గ్రంథంలో భగవానుడు శ్రీ వేదవ్యాసుడు పేర్కొన్నాడు. ఇది తదుపరి శ్లోకంలో వివరించబడింది.

శంబల గ్రామ ముఖ్యస్య బ్రాహ్మణ స్య మహాత్మ నః
భవనే విష్ణు యశసః కల్కి ప్రాదుర్భవిష్యతి   12-2 13

విష్ణుమూర్తి మహిమలు నిత్యం గానము చేయబడే శంబల గ్రామములోని ప్రధానబ్రాహ్మణుని ఇంట్లో కల్కిభగవానుడు జన్మిస్తాడనిపై

శ్లోకం యొక్క అర్థం. తర్వాత ద్వాపరయుగం చివరలో వేద వ్యాసుడు మహాభారతాన్ని రచించినపుడు మహాభారతంలోని వనపర్వలో కల్కి భగవానుడు "సంభూత శంబల గ్రామంలో జన్మించనున్నట్లు వర్ణింపబడినది.

మొదట శంబల గ్రామము మరియు తరువాత "సంభూత శంబల గ్రామము ప్రస్తావించబడినట్లు ఇక్కడి నుండి స్పష్టమైన ఆధారాలు ఉన్నాయి.

కల్కీ విష్ణు జశనామ్ ద్విజకాల ప్రచోదితా
ఉప్తాసయతే మహాభిరజేయా మహాబుద్ధి పరాక్రమమ్

సంభూత్ సంబలమే బ్రాహ్మణ బసతి శుభే "(శ్రీ వ్యాసదేని సంస్కృత మహాభారతంలోని "వనపర్వం॥ నుండి తీసుకోబడింది)

పై శ్లోకంలో భగవాన్ వేదవ్యాస్ జీ భగవాన్ కల్కి అవతార్ జన్మస్థలం, బ్రాహ్మణుల నివాసం స్థాపించబడిన ప్రదేశం, శంబల్ గ్రామం లేదా సంభూత్ శంబల్ అని పేర్కొన్నారు. భారతదేశంలోని ఉత్తరప్రదేశ్ రాష్ట్రంలోని మొరాదాబాద్ జిల్లాలో శంబల్ అనే గ్రామం ఉంది. అలాగే, ఒడిషా రాష్ట్రంలోని జాజ్పూర్ జిల్లాలో మా బిర్జాదేవి స్వయంగా ఉన్న మరియు మా బిర్జాదేవి తూర్పు భాగంలో ఉన్న బ్రాహ్మణ గ్రామాన్ని పంచసఖుల శంబల్ గ్రామంగా అభివర్ణించారు. మహాభారతంలోని "వనపర్వ"లో భగవానుడు వేదవ్యాసుడు దీనిని ఇలా వర్ణించాడు.

"ఎక్కడ యాగం చేయడానికి బ్రాహ్మణుల గ్రామాన్ని స్థాపించారో, అదే గ్రామంలో విష్ణువును కీర్తిస్తూ పాడే ప్రధాన బ్రాహ్మణుడి ఇంట్లో కల్కి భగవానుడు జన్మిస్తాడు అని "అంగీకరించాడు".

రెండు శంబల ప్రదేశాలు మాత్రమే ప్రస్తావించబడ్డాయి.

కల్కి భగవానుడు శంబల గ్రామంలో జన్మించి మ్లేచ్ఛులను నాశనం చేస్తాడని శ్రీమద్భాగవత్ గ్రంథంలో భగవానుడు శ్రీ వేదవ్యాసుడు పేర్కొన్నాడు. ఇది తదుపరి శ్లోకంలో వివరించబడింది.

ఒడిషా చరిత్ర ప్రకారం, సోమ వంశీ కుటుంబానికి చెందిన రాజు "జజాతి కేశరి" ఉత్తరప్రదేశ్‌లోని కన్నౌజ్ నుండి 10,000 మంది బ్రాహ్మణులను తీసుకువచ్చి ఈ ప్రాంతంలోని తూర్పు ప్రాంతంలో మా బిర్జాను స్థాపించి దశాశ్వమేధ యాగాన్ని నిర్వహించాడు. కల్కి భగవానుడు పాత శంభాల్ గ్రామంలో కాకుండా కొత్త శంభాల్ లేదా శంభూత్ శంభాల్‌లో పుడతాడని దీనినుండి మనకు స్పష్టమైన రుజువు లభిస్తుంది.

మహానుభావుడు అచ్యుతానంద రచించిన "బిర్జా మహత్మ్య" గ్రంథంలోని రెండవ ఖండంలో వివరించబడిన భవిష్య మాలిక అనే గ్రంథంలోని పంచసఖులు దీనికి స్పష్టంగా నిదర్శనం. శ్రీ వ్యాసదేవులు ప్రసంగానికి మద్దతుగా, ఒడిషాలోని జాజ్‌పూర్ గ్రామంలోని మా బిర్జాదేవి ఆలయానికి తూర్పు భాగంగా శంభాల గ్రామం బ్రాహ్మణ నివాస స్థలం అని నిరూపించబడింది. దీనికి నిరూపణ ఇవ్వబడింది.

"సున బార సుత నిహార్ బచనాఎ, అటే అచ్యుతటార్"
నాభి గయాతీర్థ హరిహర క్షేత్ర గ్రామటీ సంబల పుర"

సర్వేజనా స్సుఖినోభవంతు

భష్యమాలిక మహా పురాణము ద్వితీయ భాగం

ఈ మహత్తర గ్రంథం శ్రీ జగన్నాథుని కోరిక మేరకు భక్తులందరి శ్రేయస్సు కోసం ప్రచురించబడి ప్రచారం చేయబడుతోంది. 'భవిష్య మాలిక' రెండవ సంపుటాన్ని వీలైనంత త్వరగా ప్రచురించే ప్రయత్నం చేస్తున్నాం. పుస్తకం యొక్క రెండవ భాగంలో ఈ క్రింది అంశాలు వివరించబడతాయి–

1. సంబల గ్రామానికి సంబంధించిన విస్తృత వర్ణన

2. భగవాన్ శ్రీ కల్కిదేవుని జన్మస్థలం నిరూపణ

3. భవిష్యత్లో జరగబోయే ప్రపంచ యుద్ధం గురించి వర్ణన

4. భగవంతుడు ఏర్పరచిన పదహారు మండలాల గురించి వర్ణన

5. భూమిలో ఎక్కడ పదహారు భక్తుల మండలాలు ఏర్పడతాయో పూర్తి వర్ణన

6. భక్తులు మరియు భగవానులు ఎప్పుడు ఎక్కడ కలుస్తారో వర్ణన

7. ధర్మ సంస్థాపన గురించి వర్ణన

8. శ్రీ జగన్నాథ్ భగవాన్ ఒడిషాలోని ఛతియా ప్రాంతానికి వెళ్లడం గురించి వివరణ

వరుసగా...

ఓం శ్రీ లక్ష్మీ మాధవాయ నమః

1. త్రిసంధ్య- ప్రశ్న మరియు జవాబు

సృష్టి అంతా మంత్రాలతో రచించబడింది. వేదాలలోని ప్రథమ స్వరం ఓంకారమే.

1. త్రిసంధ్య ఎందుకు ముఖ్యమైనది?

దేవతలు, యక్షులు, గంధర్వులు, మునులు, ఋషులు అందరూ ప్రతిరోజూ త్రిసంధ్య ఆచరిస్తారు. సత్య, త్రేతా మరియు ద్వాపర యుగంలో కూడా ప్రజలు ప్రతిరోజూ త్రిసంధ్యను ఆచరిస్తూ ఉండేవారు. కానీ ఈ కలియుగంలో ఎవరూ ఇలా చేయడం లేదు. సత్యయుగానికి వెళ్లాలంటే సత్యయుగ స్రవంతి అవలంబించి సత్యయుగానికి వెళ్తాము.

కావున కలియుగ చివరలో త్రిసంధ్య ధారా ప్రచారం ముఖ్యం. త్రిసంధ్య ఆచరించడం వల్ల మానవులు ఎవరైనా దివ్య మానవులు కాగలరు, దివ్య మానవులు నుంచీ దేవతలు కాగలరు. త్రిసంధ్య చేయడం వల్ల ఆయుష్షు పెరుగుతుంది. అకాల మృత్యువు రాదు. రోగము, అనారోగ్యము, అంటువ్యాధి, జల ప్రళయము, పవన ప్రళయము, భూకంపం, అగ్ని ప్రళయము మొదలైన విపత్తులు త్రిసంధ్య చేసేవారిని తాకలేవు. త్రిసంధ్యను ఆచరించే వారికి భగవంతుని అనుగ్రహం లభిస్తుంది. ప్రతిరోజు త్రిసంధ్య చేసేవారు భగవంతుని దర్శనం పొందుతారు మరియు మహాప్రభువు యొక్క దివ్య అనుభూతిని పొందుతారు. మనస్సు, ఆత్మ మరియు శరీరం స్వచ్చంగా మరియు పవిత్రంగా మారుతాయి. ప్రతిరోజు త్రిసంధ్య చేసేవారి వంశం లోని ఏడు తరాల వారు ముక్తిని పొందుతారు. ఒక సామాన్య మానవుడు కూడా గృహస్థుడై వైకుంఠానికి వెళ్ళగలిగే అద్భుత శక్తి త్రిసంధ్యలో ఉంది.

ఇదంతా మహానీయుడు శ్రీ అచ్యుతానంద దాస్ గారు రచించిన "గురు భక్తిగీత" పుస్తకం రెండవ భాగంలో వ్రాయబడింది.

"త్రిసంధ్యా కేమంత్ గురు కహిబా బూర్ఘూఈ.
కింప కరుథాంతీ ప్రాణీ మానే ఎహ్ ధ్యాఈ
న కలేణ కిస్ హెూఎ కలే కిస్ ఫల్
ఎథర్ సందేశ శుణ ద్వాదశ గోపాల్
త్రిసంధ్య రే సుమరణ కరతీంజే జన్
సప్తపురుష ఉద్ధరతీం కృష్ణ భజీ పూణ"

2. ఏ దిశ వైపు తిరిగి త్రిసంధ్య చేయాలి?

త్రిసంధ్య మరియు ధార ప్రాముఖ్యత గురించిన పూర్తి వాస్తవాలు మహాపురుష అచ్యుతానంద దాస్ గారు రచించిన "గురు భక్తిగీత" మాలిక పుస్తకం రెండవ భాగంలో ఇవ్వబడ్డాయి. ఇందులో తూర్పు, ఉత్తరాభిముఖంగా త్రిసంధ్య మంత్రాలను పఠించాలని మహాపురుష అచ్యుతానంద దాస్ చెప్పారు.

3. త్రిసంధ్య నియమాలు ఏమిటి?

మూడు సార్లు మనం త్రిసంధ్యా పఠనం, పూజ మరియు మంత్రోచ్చారణ చేయాలి. ఇది రాత్రి మరియు ఉదయానికి మధ్య సమయము (సూర్యోదయానికి ముందు) నందు మొదటి సంధ్య, మధ్యాహ్నం మరియు అపరాహ్న కాలము మధ్య రెండవ సంధ్య, పగలు మరియు రాత్రికి మధ్య సమయము సూర్యాస్తమయ సమయము మూడవ సంధ్య ఆచరించవలెను.

4. త్రిసంధ్య పద్ధతి ఏమిటి?

శౌచము, స్నానం తర్వాత లేకపోతే గంగాదేవిని స్మరించుకుని మంత్రాలు జపించి తూర్పు లేదా ఉత్తరం వైపు కూర్చొని త్రిసంధ్య మంత్రాన్ని పఠించడం ప్రారంభించవచ్చు.

5. త్రిసంధ్య షరతులు ఏమిటి?

త్రిసంధ్య శౌచము, స్నానం తర్వాత మూడు సార్లు చేయాలి లేదా మీరు గంగా దేవి మంత్రాన్ని పఠించడం ద్వారా చేయవచ్చు. మనస్సు మరియు శరీరాన్ని శుద్ధి చేసిన తర్వాత, స్వచ్ఛమైన ఆసనముపై పద్మాసనంలో కూర్చుని తూర్పు లేదా ఉత్తర అభిముఖముగా కూర్చొని త్రిసంధ్య ప్రారంభించవచ్చు.

6. త్రిసంధ్య యొక్క ప్రయోజనములు ?

ప్రతిరోజూ త్రిసంధ్యను ఆచరించే వారు భగవంతుని భౌతిక రూపంలో లేదా సూక్ష్మ రూపంలో దర్శిస్తారు మరియు మహాప్రభువు యొక్క దివ్య అనుభవాన్ని పొందుతారు. మనస్సు, ఆత్మ మరియు శరీరం స్వచ్ఛంగా మరియు పవిత్రంగా మరియు ఆరోగ్యంగా మారతాయి. ఎన్ని విపత్తులు వచ్చినా త్రిసంధ్య చేసే వారికి ఏమీ జరగదు. మరియు ప్రతిదినము త్రిసంధ్య చేయువారికి అపమృత్యువు ఉండదు.

7. త్రిసంధ్య యొక్క ప్రమాణము?

నిత్యం త్రిసంధ్యా ఆచరించే వారికి భగవంతుని అనుభూతి కలుగుతుంది. దీనిని స్పష్టంగా అనుభవించి అనేక విపత్తుల నుండి రక్షింపబడిన త్రిసంధ్యా సాధకులు ఎందరో ఉన్నారు.

<u>2. విశేష సూచన</u>

సత్య యుగము మంత్ర అధారిత యుగము. ఎవరైతే కలియుగ క్లేశముల నుండి ఉద్ధారం కోరుకొంటున్నారో మరియు సత్యయుగము లోకి ప్రవేశించాలనుకొంటున్నారో వారు త్రికాల సంధ్య తప్పక ఆచరించాలి.

పరమ పూజ్య పండిత కాశినాథ్ మిశ్రా గారు

విశ్వ సనాతన ధర్మం
జయ శ్రీ మాధవ

భగవంతుని వాణీ ద్వారా చెప్పబడిన నాలుగు ముఖ్యమైన విషయాలు

1. భగవంతుడు చెప్పిన మాటలు నమ్మడం నేర్చుకోండి.

(తండ్రి, తల్లి, గురువులు, సాధువులు, బ్రాహ్మణులు, వైష్ణవుల మంచి మాటలు, మహ ప్రభువులందరి మాటలను అత్యంత శ్రద్ధతో అనుసరించడం అవసరం).

2. ఓపిక వహించడం నేర్చుకోండి.

(ప్రతిదీ సమయాన్ని బట్టి జరుగుతుంది. ఓర్పుతో ఉండటం మరియు మీలో స్థిరత్వాన్ని తీసుకురావడం చాలా ముఖ్యం.)

3. ఉపవాసం చేయడం

(మనం తిండిలేక బాధపడతాం, కాబట్టి ఆహారం లేకుండా ఉపవాసం ఉండకూడదు. భగవంతునికి దగ్గరగా ఉండాలంటే భావోద్వేగం, భక్తి, ఆప్యాయత, ప్రేమ, త్యాగం వంటి వాటి ఆవశ్యకత, ఆత్మగౌరవం యొక్క ఆవశ్యకతతో సమానంగా ఉంటుంది. అదే విషయాన్ని హృదయంలోని అన్ని సద్గుణాలను నిలుపుకోవడం ద్వారా దుష్ట చింతనను తొలిగించడమే ఉపవాసం అని పిలుస్తారు.)

4. ప్రేమించడం నేర్చుకోండి. (పిల్లల నుండి వృద్ధుల వరకు, శత్రువులు, స్నేహితులు, సమస్త జీవులను ప్రేమతో చూడండి మరియు అన్ని జీవుల పట్ల కరుణ కలిగి ఉండాలి.)

3. తెలుగు త్రిసంధ్య -విషయ సూచిక

క్రమ సంఖ్య	విషయము
3. 1	సత్సంగ విధానం/మంత్రోచ్చారణ
3. 2	శ్రీ విష్ణు షోడశ నామ స్తోత్రం
3. 3	దశావతార స్తోత్రము
3. 4	దుర్గా మాధవ స్తుతి
3. 5	మాధవ గీతం
3. 6	కల్కి మహామంత్రము
3. 7	జైకారము
3. 8	మహాప్రభువు పూజా పద్ధతి
3. 9	ధర్మ సంస్థాపన సమయం లో కల్కి భగవానుని ఆదేశాలు

సత్సంగ విధానం

సత్సంగ ప్రారంభము . . . .

3.1 మంత్రోచ్చారణ

1. ఓం కారము   (3 సార్లు)

2. ఓం భూర్భువ: స్వ: తత్సవి తుర్వరేణ్యం,
   భర్గో దేవశ్య ధీమహీ ధియో యో న: ప్రచోదయాత్   (3 సార్లు)

3. ఓం శ్రీ సచ్చిదానంద రూపాయ విశ్వ ఉత్పత్యాది హేతవే
   తాపత్రయ వినాశాయ శ్రీ కృష్ణాయ వయం నమః.
   (శ్రీ కృష్ణాయ వయం నమః - 3 సార్లు)

4. సర్వ మంగళ మాంగళ్యే శివే సర్వార్థ సాధికే,
   శరణ్యే త్రయంబకే గౌరి నారాయణీ నమోస్తుతే.

5. ఓం శరణాగత దీనార్త పరిత్రాణ పరాయణే,
   సర్వే స్వార్థ హరే దేవీ నారాయణీ నమోస్తుతే
   (నారాయణీ నమోస్తుతే - 3 సార్లు)

6. గురుబ్రహ్మ గురువిష్ణు గురుర్దేవో మహేశ్వరః,
   గురుసాక్షాత్ పరబ్రహ్మ తస్మైశ్రీ గురవే నమః

7. అజ్ఞాన తిమిరాంధస్య జ్ఞానాంజన శలాకయా,
   చక్షురున్ మీలితం యేన తస్మె శ్రీ గురవే నమః

8. అఖండ మండలాకారం వ్యాప్తజేనం చరాచరమ్,
   తత్పదం దర్శితం యేన తస్మె శ్రీ గురవే నమః
   (తస్మె శ్రీ గురవే నమః -3 సార్లు)

3.2 శ్రీ విష్ణు షోడశ నామ స్తోత్రం

1. ఔషధే చింతయతే విష్ణుం భోజనే చ జనార్ధనం

2. శయనే పద్మనాభం చ వివాహే చ ప్రజాపతి

3. యుద్ధే చక్రధరం దేవం ప్రవాసే చ త్రివిక్రమం

4. నారాయణం తనుత్యాగే శ్రీధరం ప్రియసంగమే

5. దుఃస్వప్నే స్మర గోవిందం సంకటే మధుసూద నం

6. కాననే నారసింహంచ పావకే జలశాయి నం

7. జలమధ్యే వరాహం చ గమనే వామనంచైవ

8. పర్వతే రఘునందనం సర్వ కార్యేషు మాధవం (3 సార్లు)

షోడశైతాని నామాని ప్రాతురుద్ధాయ య: పరేత్
సర్వపాప వినిర్ముక్తే విష్ణు లోకే మహీయతే

3.3. దశావతార స్తోత్రము

(శ్రీ జయదేవ కృతం గీత గోవిందం (అష్టపది))

ప్రళయ పయోధి-జలే ధృత వాన అసి వేదం ।
విహిత వహిత్ర- చరిత్రం అఖేదం ॥
కేశవ ధృత- మీన- శరీర జయ జగదీశ హరే ॥1॥

క్షితిరతి-విపులతరే తవ తిష్ఠతి పృష్ఠే ।
ధరణీ- ధరణ-కిణ చక్ర-గరిష్ఠే ॥
కేశవ ధృత- కచ్ఛప-రూప జయ జగదీశ హరే ॥2॥

వసతి దశన- శిఖరే ధరణీ తవ లగ్నా ।
శశిని కలంక-కలేవ నిమగ్నా ॥
కేశవ ధృత –శూకర రూప జయ జగదీశ హరే ॥3॥

తవ కర-కమల-వరే నఖం-అద్భుత-శృంగం ।
దళిత-హిరణ్యకశిపు-తను-భృంగమ్ ॥
కేశవ ధృత- నరహరి-రూప జయ జగదీశ హరే ॥4॥

ఛలయసి- విక్రమణే - బలిమ్ –అద్భుత-వామన ।
పద-నఖ-నీర-జనిత- జన-పావన ॥
కేశవ ధృత- వామన -రూప జయజగదీశ హరే ॥5॥

క్షత్రియ- రుధిర- మయే జగదపగత-పాపమ్ ।
స్నపయసి పయసి శమిత-భవ-తాపం ॥
కేశవ ధృత-భృగుపతి-రూప జయ జగదీశ హరే ॥6॥

వితరసి దీక్షు రణే దిక-పతి-కమనీయం ।
దశ-ముఖ-మౌళి-బలిమ్ రమణీయమ్ ॥
కేశవ ధృత-రఘుపతి-వేష జయ జగదీశ హరే ॥7॥

వహసి వపుషి విశదే వసనం జలదాభమ్ ।
హల-హతి-భీతి-మిలిత-యమునాభమ్ ॥
కేశవ ధృత- హలధర-రూప జయ జగదీశ హరే ॥8॥

నిన్దసి యజ్ఞ- విధేర ఆహహః శ్రుతి జాతమ్ ।
సదయ-హృదయ-దర్శిత-పశు-ఘాతం ॥
కేశవ ధృత- బుద్ధ- శరీర జయ జగదీశ హరే ॥9॥

మ్లేచ్ఛ-నివహ-నిధనే కలయసి కరవాలమ్ ।
ధూమకేతు మివ కిమపి కరాలమ్ ॥
కేశవ ధృత-కల్కి-శరీర జయ జగదీశ హరే ॥10॥

శ్రీ జయదేవ-కవేరిద ముదిత ముదారమ్ ।
శృణు సుఖదం శుభదం భవసారమ్ ॥
కేశవ ధృత-దశ-విధ-రూప జయ జగదీశ హరే ॥11॥

3.4 దుర్గా మాధవ స్తుతి

జయ హే దుర్గామాధబ్ కృపామయ కృపామయీ ।
దుర్గాంకు సెబీ మాధబ్ హొయిలే మో దీఅం సొయిం ॥ 0 ॥

బహూ రూపే జయ దుర్గే, బ్యాపీ అఘు సర్బ ఠాబే।
రమా ఉమా బాణీ రాధా తో ఛడా అన్య కే నాహిం ॥1॥

మదన మోహన రూపే బ్యాపీ అఘు సర్బ ఠాబే ।
మోహన చిత్త మోహిలూ (శ్రీ సర్బ మంగళ తూహీ ॥2॥

ధర్మ సంస్థాపనే జన్మ యదీ హవన్తి నారాయణ ।
దుర్గాంకు ఛాడీ మాధబ్ ఖేలిబార్ శక్తి కాహిం ॥3॥

మాధబంకు ఖేల్ పాఇం దేహ ధరూ మహామాయి.
మాధబంకు పతి పుత్ర రూపే ఖేలఉచు తుహీ ॥4॥

మాధబంకు దుర్గా కోలే జెహుం దేఖే బేని డోలే ।
తాహోర్ భాగ్యర్ కథా బ్రహ్మ శిబే న జోగాయి ॥5॥

జయ దుర్గతి నాశినీ అభిరామ్ ర జననీ ।
శుభాగమన కరంతూ మాధబంకు కోలే నేయి ॥6॥

3.5 మాధవ గీతం

(అనంతయుగ నామం)

మాధవ మాధవ మాధవ
శ్రీ సత్య అనంత మాధవ

శ్రీ సత్య అనంత మాధవ
శ్రీ సత్య అనంత మాధవ

మాధవ మాధవ మాధవ
ఓం సత్య అనంత మాధవ

ఓం సత్య అనంత మాధవ
ఓం సత్య అనంత మాధవ

మాధవ మాధవ మాధవ
శ్రీ సత్య అనంత మాధవ

శ్రీ సత్య అనంత మాధవ
శ్రీ సత్య అనంత మాధవ

మాధవ మాధవ మాధవ
శ్రీ సత్య అనంత మాధవ

<u>3.6 కల్కి మహామంత్రం</u>

(అనంతయుగ కల్కి మహామంత్రం)

రామ హరే కృష్ణ హరే రామ హరే కృష్ణ హరే,
రామ హరే కృష్ణ హరే అనంత మాధవ్ హరే ‖1‖

రామ హరే కృష్ణ హరే రామ హరే కృష్ణ హరే,
రామ హరే కృష్ణ హరే అనంత మాధవ్ హరే ‖2‖

రామ హరే కృష్ణ హరే రామ హరే కృష్ణ హరే,
రామ హరే కృష్ణ హరే అనంత మాధవ్ హరే ‖3‖

రామ హరే కృష్ణ హరే రామ హరే కృష్ణ హరే,
రామ హరే కృష్ణ హరే అనంత మాధవ్ హరే ‖4‖

రామ హరే కృష్ణ హరే రామ హరే కృష్ణ హరే,
రామ హరే కృష్ణ హరే అనంత మాధవ్ హరే ‖5‖

రామ హరే కృష్ణ హరే రామ హరే కృష్ణ హరే,
రామ హరే కృష్ణ హరే అనంత మాధవ్ హరే ‖6‖

రామ హరే కృష్ణ హరే రామ హరే కృష్ణ హరే,
రామ హరే కృష్ణ హరే అనంత మాధవ్ హరే ‖7‖

3.7 జైకారము

త్వమేవ మాతా చ పితా త్వమేవ

త్వమేవ బంధూ చ సఖా త్వమేవ

త్వమేవ విద్యా ద్రవిణం త్వమేవ

త్వమేవ సర్వం మమ దేవ దేవ

ఓం నమోబ్రాహ్మణ్య దేవాయ గోబ్రాహ్మణ్య హితాయచ

జగత్ హితాయ శ్రీ కృష్ణాయ గోవిందాయ నమోనమః

ఓం అనంత్ కోటి విశ్వబ్రహ్మండ కే నాథ్ పరం బ్రహ్మ నారాయణ్ మహావిష్ణు భగవాన్ కల్కిరామ్ శ్రీ శ్రీ శ్రీ సత్య అనంత మాధవ మహాప్రభు జీ కీ – జై (3 సార్లు)

జై మా మహాలక్ష్మీ జీ కీ – జై (3 సార్లు)

జై మా వైష్ణో దేవీ జీ కీ – జై (3 సార్లు)

జై సర్వ దేవా దేవియో కీ – జై (3 సార్లు)

సత్య- సనాతన ధర్మ కీ – జై (3 సార్లు)

సుధర్మ మహా-మహా సంఘ్ కీ – జై (3 సార్లు)

హే ప్రభూ! శీఘ్ర సే శీఘ్ర భక్తో కా ఏకత్రీకరణ్ హెూ - బోలో ఆనంద ఏక్ బార్ హరి-హరి (3 సార్లు)

హే ప్రభూ! పృథ్వీ పర్ సత్య, శాంతి ,దయా, క్షమా ఔర్ ప్రేమ్ కి స్థాపనా హెూ....బోలో ఆనంద ఏక్ బార్ హరి-హరి (3 సార్లు)

హే ప్రభూ! సంపూర్ణ విశ్వ మే సత్య సనాతన్ ధర్మ కీ స్థాపనా హెూ ఆప్ కీ ఇచ్చా పూర్ణ హెూ ....బోలో ఆనంద ఏక్ బార్ హరి-హరి (3 సార్లు)

... జై శ్రీ మాధవ

3.8 మహాప్రభు పూజ పద్ధతి:-

చందనము మరియు పుష్పములు సమర్పించు మంత్రములు:

ఔషధే చింతయతే విష్ణుం భోజనే చ జనార్దనం
శయనే పద్మనాభం చ వివాహే చ ప్రజాపతి
యుద్ధే చక్రధరం దేవం ప్రవాసే చ త్రివిక్రమం
నారాయణం తనుత్యాగే శ్రీధరం ప్రియసంగమే
దుఃస్వప్నే స్మర గోవిందం సంకటే మధుసూద నం
కాననే నారసింహంచ పావకే జలశాయి నం
జలమధ్యే వరాహం చ గమనే వామనంచైవ
పర్వతే రఘునందనం సర్వ కార్యేషు మాధవం

ధూప మంత్రం:

గురుబ్రహ్మ గురువిష్ణు గురుర్దేవో మహేశ్వరః,
గురుసాక్షాత్ పరబ్రహ్మ తస్మై శ్రీ గురవే నమః

అజ్ఞాన తిమిరాంధస్య జ్ఞానాంజన శలాకయా,
చక్షురున్ మీలితం యేన తస్మై శ్రీ గురవే నమః

అఖండ మండలాకారం వ్యాప్తజేనం చరాచరమ్ ,
తత్పదం దర్శితం యేన తస్మై శ్రీ గురవే నమః

దీప మంత్రం :

శాంతాకారం భుజగశయనం పద్మ నాభం సురేశం
విశ్వాధారం గగనసదృశం మేఘ వర్ణం శుభాంగమ్
లక్ష్మీ కాంతం కమలనయనం యోగి భి ర్ధ్యాన గమ్యం
వందే విష్ణుం భవ భయ హరం సర్వ లోకైకనాథమ్॥

భోగ మంత్రం :

ఓం భూర్భువ: స్వ: తత్సవి తుర్వరేణ్యం,
భర్గో దేవశ్య ధీమహీ ధియో యో న: ప్రచోదయాత్.

ఆర్తి మంత్రం:

బంధే బృందావన గురు కృష్ణ కమల లోచన,
పీతాంబర ఘనశ్యామ వనమాల బిరాజిత,
త్రిభంగీ భంగిమా రూపం రాధికా ప్రాణ వల్లభ,
గోపీ మండల మధ్యేస్తు శోభితం నంద-నందనం,
వసుదేవ సుతదేవ కంస చాణూర మర్ధనమ్,
దేవకీ పరమానంద కృష్ణ వందే జగత్ గురుం.

3.9 ధర్మ సంస్థాపన సమయం లో కల్కి భగవానుని ఆదేశాలు

1. ప్రపంచంలోని సమస్త ప్రాణులపై దయ చూపండి. సకల ప్రాణులు మాంసాహారాన్ని త్యజించి సాత్వికతను అలవర్చుకోవాలి. ఏ జంతువుకు, మానవునికి ఎటువంటి హాని తలపెట్టకూడదు.

2. అనంత యుగంలో ఉన్న ఈ సమయంలో ప్రతి ఒక్కరూ మాధవుని నామాన్ని భజన చేయాలి. బిగ్గరగా లేదా మనస్సులో నామ జపం చేయ వలెను.

3. సత్యం, ప్రేమ, దయ, క్షమ మరియు శాంతి - ఈ ఇదు రత్నాలను ప్రతి ఒక్కరూ ధారణ చేయాలి.

4. ప్రతి ఒక్కరూ సాధ్యమైనంత వరకు సత్సంగం చేయాలి. సత్సంగ్ అనగా - భగవంతుని యొక్క సద్గుణాలు, కీర్తి, లీలలు మరియు అనుభవాన్ని ఇద్దరు లేదా అంతకంటే ఎక్కువ మంది ఏ సమయంలోనైనా ఏ పరిస్థితిలోనైనా వర్ణించడం.

5. భగవంతుని 16 నామాలు, దశావతార స్తోత్రాలను పఠించి త్రిసంధ్య ఆచరించండి. త్రిసంధ్య అనగా ఉదయం, మధ్యాహ్నం మరియు సాయంత్రం స్తుతి మరియు పారాయణం చేయడం.

6. భగవాన్ కల్కి ద్వారా ఇచ్చిన మహామంత్రాన్ని ప్రతిరోజూ భజన చేయండి.

7. ప్రతి ఒక్కరూ ధర్మ మార్గాన్ని అనుసరించాలి.

8. కుల, మత, వర్ణాలకు అతీతంగా సత్సంగం చేయవచ్చు.

9. మనం నేను-నాది, నువ్వు-నీది అనే భావనలు రాకుండా చూసుకోవాలి, ఆ విధంగా చేయడం వలన మనసులోకి అహంకారం రాకుండా చూసుకోవాలి.

10. ప్రతి ఒక్కరూ తమ నివాసంలో ప్రతిరోజూ శ్రీమద్ భగవత్-మహాపురాణాన్ని పఠించాలి. ఖాళీ సమయంలో భజన,కీర్తన, పురాణ పఠణం, భవిష్య మాలిక మరియు మహాప్రభు గురించి చర్చించుకోవాలి.

11. మహిళలందరినీ అమ్మ ("మా") అని, పురుషులందరినీ అన్న లేదా తమ్ముడు ("భాయ్") అని సంబోధించాలి.

12. మీరు భోజనానికి ముందు భగవంతుడికి సమర్పించండి.

13. తినేటప్పుడు జాగ్రత్తగా ఉండండి, ఆహారాన్ని వృథా చేయకూడదు

14. మీరు మహాప్రభువు కల్కిరామ్ గారి గురించి మరింత తెలుసుకోవాలనుకుంటే లేదా మీకు ఎలాంటి స్తుతి లేదా శ్లోకం లేనట్లయితే, అప్పుడు దిగువ ఇవ్వబడ్డ మొబైల్ నెంబరును సంప్రదించండి. మేము దానిని వాట్సప్ కు పంపుతాము.

మోహన్ భాయి: +91-9438723047

ప్రవీణ్ భాయి: +91-8967853267

దేవేందర్ భాయి: +1 (571) 315 7985

జై శ్రీ సత్య అనంత్ మాధవ్*

www.ingramcontent.com/pod-product-compliance
Lightning Source LLC
Chambersburg PA
CBHW031354160726
47993CB00002B/966